தமிழர் மறை 2
'திருக்கூற்று'

திருமுருகன்காளிலிங்கம்

INDIA • SINGAPORE • MALAYSIA

ISBN 979-8-88641-603-9

<u>சமர்ப்பணம்!</u>

தமிழ்த்தேசியத்தின் செங்கோலுக்கு என் எழுதுகோல்
சமர்ப்பணம்!

நன்றி!

என்னை உலகுக்கு அழைத்து வந்த என் தாய் தந்தைக்கு நன்றி!

என்னை எழுத்துக்கு அழைத்து வந்த என் முருகனுக்கு நன்றி!

என்னை தமிழ்த்தேசிய வழிக்கு அழைத்து வந்த என் தமிழுக்கு நன்றி!

என்னை தமிழ்த்தேசியத்தில் தொடர்ந்து நிலைத்து எழுத வைக்கும் தமிழ்த்தேசியர்களுக்கு நன்றி!

<u>படைப்பு வணக்கம்!</u>

எழுதுகோல் பிடித்து எழுதும் அடியேனுக்கு தடம் அமைத்து தரணியில் புகழ வல்லமை படைத்த ஆருயிர் அண்ணன் 'பெரும் பேறு உடைய பேரன்பாளர்' கார்த்திக் வேதகிரி அவர்களுக்கு என் படைப்பு வணக்கம்!

இறுதி உயிரினம் ஒன்று இயலும் வரையிலும் என் இயல் இயங்குவதற்கு இன்றியமையாத வினைகள் புரிந்து வருகின்ற உங்களுக்கு தமிழால் நன்றி!

படைப்பு வணக்கம்!

அடியேன் நெற்றியில் எப்போதும் சுடர் விடும் திருநீறுக்கு ஒப்புமை வல்ல ஆருயிர் அண்ணன் 'தெய்வீகச் சிந்தனையாளர்' கருப்பையா சுரேசு குமார் அவர்களுக்கு என் படைப்பு வணக்கம்!

வாய்மை கொண்டவர்க்கு திசைகள் யாவிலும் ஒளிவீசும் எனும் தத்துவத்தில் அம்எழுத்துகள் இயங்க இன்றியமையாத துணைவனாய் விளங்கும் உங்களுக்கு தமிழால் நன்றி!

கூற்று!

தமிழர் மறை 'இறைவனின் மொழி', தமிழர் மறை 'திருக்கூற்று' இணைத்து எண்ணினால் எப்படியும் ஆயிரத்து எண்ணூறு கூற்றுகளைத் தாண்டி தொட்டு நிற்கும்.

இதில், ஒவ்வொரு கூற்றுகளும் என்பதை விட, ஒற்றைக் கூற்று கூட உங்கள் வாழ்வில் வெளிச்சத்தை நல்கக் கூடியதாக விளங்கும்.

வணக்கம்!

படைப்புகள் படைக்க வந்த காலம் தொடும் முன்னர் அனலில் வெந்துக் கொண்டிருந்த அடியேன் நிலைக்கு ஆறுதல் நிலை தந்தருளிய ஆருயிர் அண்ணன் 'பெரும் மதிப்புடையோர்' பழனிசாமி சுப்பிரமணி அவர்களுக்கு என் வணக்கம்!

உடலுக்கு மட்டுமின்றி, உயிருக்கும் தொடர்ந்து உணவூட்டி வருகின்ற ஆருயிர் அண்ணன் 'உடன்நின்றார்' உமாசங்கர் சிவசுப்பிரமணியம்' அவர்களுக்கு என் வணக்கம்!

அன்பின் பெருமழை பெய்து என் பேரண்டம் ஆகிய ஆருயிர் அண்ணன் 'அடைக்கலத்தார்' இராவணா அவர்களுக்கு என் வணக்கம்!

தாயன்பு உள்ளம் கொண்ட ஆருயிர் அண்ணன் 'தாயன்பர்' தனபாலசிங்கம் பிரசன்னா அவர்களுக்கு என் வணக்கம்!

நாம் வளர்க்கும் வேள்வித் தீ அணையாது இருக்க தொடர்ந்து எரிபொருள் தந்தருளும் ஆருயிர் அண்ணன் 'புகழ் காப்பாளர்' சற்குணானந்தன் இராமச்சந்திரன் அவர்களுக்கு என் வணக்கம்!

பிறரை அரவணைப்பதற்காகவே புலன்கள் தாங்கியிருக்கும் ஆருயிர் அண்ணன் 'அன்பின் மாமழை' தினேசு குமார் அவர்களுக்கு என் வணக்கம்!

நின்ற வாழ்வை இயல வல்லதாக்கிய ஆருயிர் அண்ணன் 'உயிர்ச்சொல்' சின்னத்துரை குமரேந்திரன் அவர்களுக்கு என் வணக்கம்!

ஆற்று பல புரிய புதுமருந்தளித்த ஆருயிர் அண்ணன் 'புகழூர்' புசுபராச் இருதயராச் அவர்களுக்கு என் வணக்கம்!

எதிர்பாராத வேளையில் வேண்டிய மாரி போல் எம் மண் நனைத்தருளிய ஆருயிர் அண்ணன் 'எப்போதும் நின்றார்' நீதிராசா கார்த்திகேசு அவர்களுக்கு என் வணக்கம்!

வேண்டத்தக்கது எதுவென்று அறிந்து வேண்டுவோர் வேண்டும் முன்பே கரமருளும் ஆருயிர் அண்ணன் 'நிறைகரத்தார்' பிரபு கலியபெருமாள் அவர்களுக்கு என் வணக்கம்!

ஒருமித்த உணர்வினால் உள்ளன்பு கொண்டு என் சிரத்தை ஒருகாலும் தாளாது வைத்திருக்கும் ஆருயிர் அண்ணன் 'உணர்மிகு உறவினர்' விசய் அமல்ராச் அவர்களுக்கு என் வணக்கம்!

பெயரளவில் மட்டுமின்றி புகழளவிலும் போராடும் களத்திற்கு கருணையாய் நிற்கும் ஆருயிர் அண்ணன் 'உயர்மேவிய நிறையர்' என் இனமே என் சனமே அவர்களுக்கு என் வணக்கம்!

விளக்கவுரைகளின் குறிப்பு, குறிப்புகளின் மொழிபெயர்ப்பு ஆகிய ஆருயிர் அண்ணன் 'சொற் சிந்தனையாளர்' செந்தில் சண்முகவேலு அவர்களுக்கு என் வணக்கம்!

மென்மைச் சொல்லும், வலியதோர் வினையும் ஆற்றும் ஆருயிர் அண்ணன் 'விருதையாளர்' முத்துகிருட்டிணன் முத்துக்காளை அவர்களுக்கு என் வணக்கம்!

விழிகளுக்கு இடையில் திரை என்பது தூரமே என்று பேரன்பால் திரை விலக்கிய ஆருயிர் அண்ணன் 'அன்பினார்' செந்தில் குமரண் அவர்களுக்கு என் வணக்கம்!

எழுத்தால் அவருக்கு நான் அறிமுகமாகி, பேரன்பால் எனக்கு அவர் அறிமுகமாகிய ஆருயிர் அண்ணன் 'கொல் சொல்லார்' அரங்குளலிங்கம் கணேசன் அவர்களுக்கு என் வணக்கம்!

கேள்விகள் இன்றி இன்றியமையாத பதில்கள் தந்தருளும் ஆருயிர் அண்ணன் 'அறம்மிகு குணத்தார்' முருகானந்தம் செந்தாமரை அவர்களுக்கு என் வணக்கம்!

அறத்தோடு அண்டியோர் யாவர்க்கும் அடைக்கலம் ஆகிய ஆருயிர் அண்ணன் 'குடையோர்' பழனியப்பன் அன்பழகன் அவர்களுக்கு என் வணக்கம்!

'இந்தப் பட்டியலில் இன்னும் நிறைய பெயர் இடம்பெற வேண்டி உள்ளது. மறதி காரணமாக விடுபட்டு விட்டது என்று எடுத்துக் கொள்ள வேண்டாம். எந்தக் காரணம் கூறினால் உங்கள் மனம் ஏற்றுக் கொள்ளுமோ அந்தக் காரணத்தை அங்கீகரித்துக் கொள்ளுங்கள்!'

தமிழ்த்தேசியம் வாழி!

பதிகங்கள் இயற்றுகின்ற பாவலர்கள் வாழி!

பகைவர்கள் ஒழுக்கம் காணும் தென்னவர்கள் வாழி!

வேந்தன் மணி முடி சூட்டுகின்ற குடிகள் வாழி!

உயிரற்றதும் இன்பமுற அருளும் மடங்கள் வாழி!

மாட மாளிகையில் ஓய்வெடுக்காத சேவை வாழி!

பாற்கடல் அமிர்தமாய் இல்லாத பக்தி வாழி!

அஞ்ஞானம் தனை சூலறுத்த அடியவர்கள் வாழி!

மதி கூனால் தலை தொழு நிலை அறுத்த சபைகள் வாழி!

சான்றோர்கள் மறையாகிய மன்றங்கள் வாழி!

அடிமைகளாக அமைச்சர்கள் இல்லாத இடம் வாழி!

மண்ணின் மரங்கள் வளர்க்கும் மனங்கள் வாழி!

அன்னை வயிற்றை முதலில் நிரப்பும் அன்பர்கள் வாழி!

எல் ஒளி போல் உயிர் ஒளி விடும் விழிகள் வாழி!

கைம்பெண் வாழ்வை அலங்கரிக்கும் மலர்கள் வாழி!

கற்றோர்கள் எழுந்தருளும் ஆலயங்கள் வாழி!

பேரழிவு பெரும் பகை இல்லாத ஆழி வாழி!

பெரும் பணிவு போற்றும் நாட்டார் சொல் வாழி!

இயற்கையை வணங்கும் வழிபாட்டு முறை வாழி!

பாலகன் போன்று அருளும் இலக்கியங்கள் வாழி!

மலைகளும் சுய உருக வல்ல கைவினைகள் வாழி!

காற்றைப் போல் இயல வல்ல கட்டளைகள் வாழி!

பேசு திறன் உற்ற திண்ணை உடைய இல்லங்கள் வாழி!

தொழ வருவோரை தடுக்காத மூலவர் வாழி!

தொண்டு புரிவோரை கொல்லாத கொள்கைகள் வாழி!

நெற்றிக்கண்ணை மனத்துள்ளே வைத்த மானுடம் வாழி!

மண்ணுக்கும் விண்ணுக்கும் தொடர்பாய் நிற்பவர்கள் வாழி!

ஆதிக்கும் அந்தத்திற்கும் மரணம் நல்காதவர்கள் வாழி!

உண்மைப் பொருள் அறிந்து ஓதும் ஓதுவார்கள் வாழி!

ஆன்மாவில் புண் கொள்ளாத கொற்றம் வாழி!

மண்ணின் இறையை துதிப்பவர்கள் வாழி!

விண்ணின் பொருளை விளங்கியவர்கள் வாழி!

பொய்மை தால் அறுத்த புண்ணியர்கள் வாழி!

மாயப் பேயை பிளந்து கொன்றிட்ட பேரருள் வாழி!

பூச்சியும் புகழ வண்ணம் வினையாளர்கள் வாழி!

ஐந்திணைகளை ஐயமாக்காத ஐம்பூதங்கள் வாழி!

மாதொருபாகன் பிறையை சூடிய சுப்பன் வாழி!

குமரி குமரன் குன்று மயில் வேல் யானை சேவல் வாழி! வாழி!

– திருமுருகன்காளிலிங்கம்

தமிழ்ப் பாவலர்கள் வாழி!

கூற்றுவன் எரு மீது ஏறி கொடுஞ்சிரிப்புடன்
சிகை கோதி எள்ளு நிற மீசை துடிதுடித்து
ஓவென்று மேகம் நடுங்கி இடி மின்னல் புயலென
சூழலும் குறி கூறிட காலன் கண்ணெதிரே
தோன்றி எடுத்த உயிரை தந்திட புகழ் பாட
பணித்த போதும் ஒருபோதும் பணிய மாட்டார்!
பணிந்த போதும் ஒருபோதும் உருக மாட்டார்!

மண்ணிலே ஒளிந்திருக்கும் புழுதி மன்னனாகி
மடமைகளை மந்திரிகளாய் உடன் வைத்து
மாயதுதி பாடும் சபைதனிலே காட்சியும் தந்து
நாடி வரும் போலிப் புலவர்களுக்கு முதலடி தந்து
பாடுவதை முன்பறிந்து ஓலைக் குறித்து வைத்து
மக்கள் அழுக அழுக கொண்டு சேர்க்கும் அரசன்
அடிபணிய கூறினாலும் ஒருபோதும் செய்யார்!
அடிபணிந்து கூறினாலும் ஒருபோதும் புரியார்!

உள்ளே சூல் பொதித்து பதிகங்கள் இயற்றினார்!
பண்டைப் புகழை சாற்றும் பறையை பாடல்கள்
உள்ளே பொய்யின்றி மதுரம் கலந்து வைத்தார்!

மாசற்ற மேனியும் மங்காத உயிரும் பெருமை அறுத்த
ஆன்மா வைத்து இயற்றுவார் தமிழை ஒப்பிட
நாத்திகம் கண்ட இறையனார் அதுதானே! ஆத்திகன்
பெற்ற தவமும் அதுதானே!

கொடுங்கோன்மை தாலை அயிரென துண்டித்தார்!
செங்கோல் மணிமுடிக்கு சிரமும் அவராவார்!

வறுமை வந்திறங்கும் போதிலும் புழுக்கம் கொள்ளாது!
இல்லம் நெருப்பு பிடித்த ஆவியிலும் புழுவாய் துடியாது!

புகழே வந்த போதிலும் தூசியென எண்ணி விழி மறைத்தார்!
இறையே சபை வந்தாலும் மொழி மீறி துளியும் புகழ் கூறார்!

– திருமுருகன்காளிலிங்கம்

திருக்கூற்று!

சட்டைப்பையில் வைக்க வேண்டிய ஒரு தலைவனின் புகைப்படத்தை சட்டைக்குள் மறைத்து வைக்கக்கூடிய அளவிற்கு சூழலை உருவாக்கிய ஆட்சி பீடத்திற்கு எதிராக புலி போல் பாய்ந்து சட்டைப்பையில் அல்லாது, சட்டசபைக்குள்ளேயே அந்தத் தலைவனின் புகைப்படத்தை கொண்டு செல்லும் அளவிற்கு அறச்சூழலை உருவாக்கியவனே அந்த இனத்திற்கான ஆகச்சிறந்த வழிகாட்டி!

* * *

எந்த அடையாளம் இன்றி உங்களால் இந்தப் பூமியில் ஒரு கணம் கூட வாழ இயலாதோ, அந்த அடையாளத்தால் மட்டுமே உங்களால் சக மனிதர்களோடு ஒன்றென உறவாட இயலும்!

* * *

ஒழுங்கற்ற மலைகள்தான் ஒரு நாட்டை செதுக்கும்.

அதைவிடுத்து, மலைகளை செதுக்கினால் அந்த நாடே ஒழுங்கற்றதாகும்!

* * *

தவம் புரிவதை விடவும் உழைப்பு உன்னதமானது!

* * *

கொடும் பசியிலும் உங்களுடைய விழிகள் ஒளிர் விட வேண்டும் என்று விரும்பினால், கொள்கைப் பிடிப்புடன் இருங்கள்!

* * *

எதிரியையும் நேசிக்கக் கூடிய ஒருவன் வைத்திருக்கும் ஆயுதங்கள் சுவை மிக்கது!

* * *

நீங்கள் வெற்றி பெறும் முன்னரே உங்களைப் பிறர் புகழ்வதெல்லாம் உண்மை அல்ல.

உங்களை அவர்கள் அவமானம் செய்கிறார்கள் என்பதை நினைவில் கொள்ளுங்கள்!

* * *

உலகமே ஊமையானால் எப்படியிருக்கும் என்று சற்று சிந்தித்துப் பாருங்கள்.

அந்த உலகத்தில் நல்லவர்கள் மட்டுமே என்றென்றும் நிலைத்திருப்பார்கள்!

* * *

தமிழ்த்தேசியக் களத்திற்கு வழியனுப்ப வந்தவர்களே,

வீரர்களுக்காக காத்திருக்காதீர்கள்; தமிழ்த்தேசியத்தின் வெற்றிக்காக காத்திருங்கள்!

* * *

இன்பத்தில் தொலைத்த தலைவனை துயரத்தில் தேடுவார்கள்!

* * *

சமூகநீதிக்கு இதயத்தைப் போலவே இருக்கையும் இன்றியமையாதது!

* * *

பறவை இனங்கள் எப்போது நீரை தலைகீழாக பருகத் துவங்கியதோ, விலங்கு இனங்கள் எப்போது பயந்து பயந்து நீரை பருகத் துவங்கியதோ அப்போதே, மனிதனின் அழிவு துவங்கிவிட்டது!

* * *

விடுதலை வேட்கை உள்ள பறவை கூண்டுக்குள் இருந்தாலும் அதற்குச் சிறகுகள் இருப்பது நியாயம்!

விடுதலை வேட்கை இல்லாத பறவை அவனியில் சுற்றித் திரிந்தாலும் அதற்குச் சிறகுகள் இருப்பது அநியாயம்!

* * *

மனிதன் மற்றவரை நம்ப வைக்க தற்போது கண்ணுக்குப் புலப்படாத அல்லது, எதிர்காலத்தில் கண்ணுக்குப் புலப்படாமல் போகும் ஒரு பொருளின் மீதுதான் காலங்காலமாக சத்தியம் செய்து கொண்டிருக்கிறான்!

* * *

வாசிப்பின் வாயிலாக இறந்த ஒரு வரலாற்றுக்கு உங்களால் உயிர் கொடுக்க முடியும்!

* * *

தமிழ் மொழியைப் பொறுத்தவரையில் ஒரு நாத்திகனை தன்னை கொண்டாட அனுமதிக்காது.

அதேநேரம், ஆத்திகனுக்கு மட்டுமே தான் சொந்தம் என்ற உரிமையையும் தராது!

* * *

தகுதியற்றவன் கருத்துக்களை நீங்கள் அங்கீகரித்தால் அழகுபடுத்தப்பட்ட குப்பைகளையே அவன் புத்தகம் என்று உங்கள் முன்னால் நீட்டி உங்களைப் படிக்கச் சொல்லுவான்!

* * *

மக்களின் சுமையைதான் அரசாங்கம் சுமக்க வேண்டும்.

ஆனால், இங்கு காலங்காலமாக அரசாங்கத்தின் சுமையை மக்கள் சுமந்து கொண்டிருக்கிறார்கள்!

* * *

பெருங்கோபம் எனக்கும் தெய்வத்திற்கும்,

சமத்கிருதத்தை தெய்வ மொழி என்றனர்.

தெய்வமே பேசிய தாய்மொழியாம் தமிழ் மொழி இருக்கையில் அமர்ந்து இருக்கையில்!

* * *

<u>தேர்!</u>

தேர் பார்த்தாலே விலகிடும் துயர்!

தேர் இழுத்தாலே முழுமை பெறும் உயிர்!

தேர் அதற்கு ஒப்பாகும் வறண்ட நிலம் ஏந்திய பயிர்!

* * *

தன் அடையாளத்தை விரும்புகிற ஒருவன் தன் பெயரை விட்டுச் செல்ல மாட்டான்.

தன் கலையையே விட்டுச் செல்வான்!

* * *

ஆதிக்கலாச்சார பழக்க வழக்கங்களை சுமக்காத எந்தவொரு மொழியும் நாளடைவில் தேய்மானம் அடைந்து கொண்டேதான் போகும்.

தேய்மானம் அடையாது காக்க வேண்டியது மொழியின் கடமை அல்ல; அந்த மொழியைப் பேசும் மக்களின் கடமை!

* * *

உலகின் மிக ஆழமான சவக்குழி மனிதர்களின் நினைவுகள்தான்.

அவ்வாறு இல்லையெனில், இந்நேரம் தமிழ்த்தேசியம் இங்கு மலர்ந்திருக்குமே!

* * *

வியாபார நோக்கம் கொண்ட படைப்பாளிகள் ஓர் குறிப்பிட்ட கட்சியைச் சார்ந்துதான் இயக்குவார்களே அன்றி, தத்துவத்தைச் சார்ந்து அல்ல!

* * *

படைப்புகளை அங்கீகரிக்கும் போது, அந்தப் படைப்புகளை படைத்த படைப்பாளன் பேரானந்தம் கொள்கிறான்.

அதுபோல்தான் இறைவனும்!

* * *

ஒரே தீர்வுதான்.

ஆனால், போராட்டமின்றி கிடைக்கும் தீர்வைக் காட்டிலும், போராட்டத்தினால் கிடைக்கும் தீர்விற்கு உயிர் மூச்சு நெருப்பாய் இருக்கும்!

* * *

எந்தவொரு சிறு விருப்பமும் இல்லாமல் ஒரு துறவியால் கூட வாழ இயலாது!

* * *

நீங்கள் நல்லதொரு புலவனாய் மட்டும் வாழ்ந்து விட்டுப் போங்கள்.

பிறகு, உங்களுடைய நிறமே உங்களின் தாய்மொழியின் நிறமாக மாறிப் போகும்!

* * *

முடிந்தளவு நீங்கள் இன்பமாய் இருக்க, ஒரு வழிப்போக்கனின் வாழ்வை உங்களுடைய இருப்பிடத்தில் இருந்து வாழுங்கள்!

* * *

போராடி சிறை சென்றவர்கள் சிறைக்கூடத்தில் கூட விடுதலைக் காற்றை சுவாசிப்பார்கள்!

* * *

இவ்வுலகில் மனிதனுக்கு நிரந்தரமான இடம் என்பது அவனுடைய முகம் மட்டும்தான்!

* * *

உங்களுடைய உடலை உசாவிக் கொண்டிருக்கும் இயற்கையே அழகு சாதனப் பொருளாக மாறும் அளவிற்கு உங்களுடைய மனதை பேணிக் கொள்ளுங்கள்!

* * *

"வாழ்க்கை இவ்வாறு சென்றால் கூட பரவாயில்லை" என்று நினைப்பதே மன அழுத்தத்தை குறைப்பதற்கான ஒரே வழி!

"வாழ்க்கை எவ்வாறேனும் செல்லட்டும்; பரவாயில்லை" என்று நினைப்பதே மன அழுத்தம் வராமல் தடுப்பதற்கான ஒரே வழி!

* * *

சமரசம் இல்லாமல் எப்போதும் தனித்து நிற்பவன் வாங்கும் வாக்குகள் மட்டுமே கணிதத்தில் சேரும்!

* * *

புருவங்களை குவிக்கச் செய்யும் கேள்விகளும், புருவங்களை உயர்த்தச் செய்யும் பதில்களுமே மானுடத்திற்கு இன்றியமையாதது!

* * *

மனிதனின் நவீனத்தால் என்ன விளைந்துள்ளது என்றுப் பாருங்கள்,

மண் மட்டுமல்லாமல் விண்ணும் 'கொடுங்கோன்மைப் பகிர்வு' எனும் பெயரில் அடிமைப்பட்டுள்ளது!

* * *

கோழி, அதனை விட பெரிய உருவங்களிடம் சிறப்பாக சண்டியிட்டு வெற்றி கொண்டதைக் கண்ட நீங்கள் அதைப் 'பருந்து' என்று அங்கீகரிப்பீர்களா?

ஆம். அதேபோல்தான் தமிழ்ப் புலமை என்னதான் ஒருவர் பெற்றிருந்தாலும் அவர் தமிழர் இல்லையெனில் அவர் தமிழர் அல்லாதவரே!

* * *

ஒவ்வொரு புத்தகமும் உங்களுடைய நிர்வாணத்தை மறைக்கின்ற நூல் ஆடை!

* * *

சேவையின் அடிப்படையில் புகழ் பெற வல்ல படைப்புகளை கொண்டு சேர்ப்பவன் புகழ் வேண்ட மாட்டான்.

ஆனால், அதனால் பயனடையும் நாம்தான் கொண்டு சேர்ப்பவன் புகழை உலகிற்கு கொண்டு சேர்க்க வேண்டும்!

* * *

'எத்தனை படைத்தான்?; எத்தனை பக்கங்கள் தந்தான்?; எத்தனை பிரதிகள் அச்சிட்டான்?' என்றே அறிவுடையோரையும் அஞ்ஞானம் பக்கம் வீசி வருகிறது இக்காலம்.

இக்காலமே இப்படியென்றால், முக்காலத்தையும் முப்பாலில் அக்காலத்திலேயே ஆய்ந்து அளித்த வள்ளுவன் காலம் எப்படிப்பட்டது என்பதை சற்றே சிந்தித்துப் பாருங்கள்!

* * *

அச்சர் நல்ல மனம் உடையவராயின் சில பத்து உரூபாயில் திருக்குறள் தயார்.

அப்படிப்பட்ட நூலுக்கு எழுதப்பட்ட விளக்கவுரைகள் விளக்கி என்ன இலாபம்?; ஆயினும், எழுதியவர்கள் அடைந்தனர் இலாபம்!

* * *

கதாபாத்திரங்கள் மூலமாக அந்தப் படைப்பின் மூலம் சிறிதும் சிதையாமல் அப்படைப்பை கொண்டு சேர்த்தால் படைப்பாளனுக்கு நிகராக கொண்டு சேர்த்தவனும் புகழப்படுவான்!

* * *

ஒரே கொள்கையைச் சுட்டி பலவாக பிரிந்து நிற்பவர்கள் நாளை அதிகாரம் கொண்டால், எந்தக் கொள்கையை எதிர்த்து இத்தனை காலம் களம் கண்டார்களோ, அதேக் கொள்கையின் விளைச்சலைத்தான் இவர்களும் தருவார்கள்!

* * *

மனிதன் மீது சாமி வந்தால் பிரச்சனை இல்லை.

ஆனால், சாமி ஏந்தியிருக்கும் ஆயுதங்கள் மனிதன் கரங்களுக்கு வந்தால் மட்டும் பிரச்சனை!

* * *

எப்போது, துயரத்தின் போதெல்லாம் உங்களின் தோள் மீது நீங்களே சாய்ந்து கொள்ளும் பக்குவத்தைப் பெறுகிறீர்களோ, அப்போதுதான் நீங்கள் எந்தவித உறவும் அற்று தனிமையில் வாழக்கூடிய தகுதியை அடைகிறீர்கள்!

* * *

தீர்வு ஏற்படுவதற்கு முன்னதாகவே தம் தலைவரைப் புகழ்ந்து சுவரொட்டிகளை தயாரிக்கும் தொண்டர்களின் மனநிலையை பிணங்களோடு கூட ஒப்பிட இயலாது!

* * *

கட்டளையிடும் அதிகாரம் உங்களிடம் இல்லாதபோது கூட உங்களுக்குப் பிறர் கட்டுப்படும் அளவிற்கு உங்களுடைய நிலை இருக்கும்படி வாழ்வதே வாழ்க்கை!

* * *

நீர் ஊற்றி தீபத்தீயை எரிய வைக்கும் அளவிற்கு மகத்துவம் தேவையில்லை.

எண்ணெய் ஊற்றினாலே தீபத்தீ எரியும் அளவிற்கு மனிதர்களிடம் ஊழல் இல்லாமல் இருந்தாலே போதும்!

* * *

இந்த நாட்டுக்காக உழைத்தவர்களை அவர்களுடைய பிறந்த தினம் மற்றும் நினைவு தினத்தை சரியாக நம்முடைய நினைவில் நிறுத்தி அவர்களை ஊருக்குள் கொண்டு வந்து வணங்குகிறோம்.

ஆனால், அந்தந்த குறிப்பிட்ட தினம் முடிந்த பிறகு மீண்டும் அவர்களை ஊரின் எல்லையிலேயே நிறுத்தி விடுகிறோம்!

* * *

'மாற்று உணவுப் பழக்க வழக்க திணிப்பு' என்பது மிகப்பெரிய வன்முறை.

அதை மக்கள் ஏற்றுக் கொள்வது என்பது மாபெரும் தேசத் துரோகம்!

* * *

மனிதர்களின் கால் தடம் பதியாத ஆலயங்களில் பிசாசுகளே இறைவனை வணங்கும்!

* * *

கண்ணீரைப் பகிர பகிர துயரத்தின் அடர்த்தி குறையும்!

புன்னகையைப் பகிர பகிர மகிழ்ச்சியின் அடர்த்தி அதிகரிக்கும்!

* * *

கற்றோர்கள் வாழும் தேசத்தில் இரவில் ஆலயக் கதவுகளை அடைக்கத் தேவையில்லை!

* * *

எந்தெந்தக் கேள்விகளெல்லாம் மக்களை வேறு பதில்களைச் சொல்வதற்கு அனுமதி தரவில்லையோ, அந்தக் கேள்விகள் அனைத்தும் வன்முறையின் அடையாளம்தான்!

* * *

புரட்சியாளர்கள் பலர் விலைக்குப் போவதற்கு அவர்களுடைய வறுமை காரணமல்ல.

உண்மையில், அவர்கள் புரட்சியாளராக இல்லாமல் இருந்ததே காரணம்!

* * *

இறைவனைக் கூட அவன் பிரம்மாண்டமாக காட்சியளித்தால்தான் அவன் இறைவன் என்று நம்பும் நிலையில் நாம் இருக்கிறோம்.

உண்மையில், பிரம்மாண்டமான நெருப்பின் துவக்கம் சிறு பொறியே ஆகும்.

ஆகவே, இறைவன் என்பவர் பிரம்மாண்டமானவர் அல்ல; அதேநேரம், பிரம்மாண்டத்திற்கு அப்பாற்பட்டவரும் அல்ல!

✳ ✳ ✳

இயற்கையை சேதப்படுத்தாதவனுக்கு சேமிப்பு என்பது எப்போதும் அவசியமற்றது!

✳ ✳ ✳

இயற்கையை தயாரிப்புக்கு உட்படுத்தும் நிலையை மானுடம் கொண்டு வந்தால், நாளை மானுடத்தையும் தயாரிப்புக்கு உட்படுத்த வேண்டிய நிலை வரும்.

அந்தத் தயாரிக்கப்பட்ட மானுடம், உயிரூட்டப்பட்ட பொம்மையைப் போலவே வாழ்வியலை மேற்கொள்ளும்!

✳ ✳ ✳

சமரசத்துடன் கூடிய அமைதியான வாழ்க்கையை வாழ விரும்பும் மனிதர்கள் ஒருநாள் புயலைச் சந்திப்பார்கள்!

✳ ✳ ✳

படைப்பாளர்களே ஒரு தேசத்தின் முகவரி.

ஆகையால், சேதி உள்ளே சரியாய் இருப்பினும், முகவரி தவறாய் இருந்தால் சேர வேண்டியவர்களிடம் அது சேராமல் போய்விடும்!

✳ ✳ ✳

சேவைக்கென்று வந்துவிட்டு நிலத்தில் கால் வைக்கத் தயங்குபவனின் கால்களை வெட்டி எறியுங்கள்.

அதற்குப் பெயர்தான் உண்மையான 'கிளர்ச்சி'!

* * *

மழையை சாளரத்தின் வழியே மட்டும் இரசிப்பது எவ்வளவு அபத்தமானதோ, அதேபோல்தான் மனிதர்களை தூரத்தில் நின்று கொண்டு வேடிக்கைப் பார்ப்பதும்!

* * *

நீங்கள் பாலைவனத்தில் இருக்கிறீர்கள்; உங்களுக்குப் பயணப்பட ஒட்டகம் மட்டுமே தேவை.

செழிப்பாக இருக்கிறீர்கள் என்பதற்காக விலை உயர்ந்த காரிலோ அல்லது, வறுமையில் இருக்கிறீர்கள் என்பதால் விலை குறைந்த மிதிவண்டியிலோ உங்களால் பயணம் செய்ய இயலாது.

ஆம். இதுதான் உங்களுக்கான வாழ்க்கைத் துணையை தேர்ந்தெடுக்கும் போது நீங்கள் கருத்தில் கொள்ள வேண்டியவை!

* * *

பாதிப்பற்று வளரும் எந்தவொரு உயிரினமும் தான் சாகும் வரையில் இப்புவியில் எந்தவொரு தாக்கத்தையும் ஏற்படுத்தாது!

* * *

உங்களால் நேசிக்கப்படுபவர்களாலே நீங்கள் கொல்லப்பட்டும் போதே உங்களுடைய மரணம் அத்தியாயம் பெறுகிறது!

* * *

திருமணத்தில் நீங்கள் எந்த விதமான புது நாகரீகத்தையும் சேர்க்கலாம். ஆனால், இறப்பில் உங்களால் அவ்வாறு இணைக்க இயலாது.

ஏனெனில், வருத்தத்தின் போது மட்டும்தான் உண்மை விளக்கப்படும்; மகிழ்ச்சியான தருணத்தில் உண்மையானது விலக்கப்படும்!

* * *

உண்மையில், குடி கொண்டு ஒரு இனம் அடிமையாக்கப்படுவது இல்லை; மொழி கொண்டுதான் அடிமையாக்கப்படுகிறது.

ஆனால், "குடியால்தான் அடிமைப்பட்டு இருக்கிறீர்கள்" என்று அடிமையாக்கியவனே உரைப்பான். ஏனெனில், அவனுக்கு அந்த நிலம் தேவைப்படுகிறது!

* * *

மறைகளின் ஊடாக இறைவனைக் கண்டால் அவர் உங்களை கடமையைச் செய்யச் சொல்லி வற்புறுத்தியிருப்பார்!

இறைவனின் ஊடாக மறைகளைக் கண்டால் அவர் உங்களை சேவையை செய்யச் சொல்லி வலியுறுத்தியிருப்பார்!

* * *

கவிதைகளின் மீதான விமர்சனம் ஒருவருக்கு ஒருவர் மாறுபடும். ஆனால், அதை வடித்த பாவலர்களுக்கோ அது ஒரு தாய் தன் குழந்தையின் மீது காட்டும் அன்பு போலவே தோது போடும்.

ஆம். அவரவர் வடித்த கவிதை அவரவர்க்கு குழந்தைதான்; அதை வடித்த பாவலர்கள் என்றும் ஓர் தாய்தான்.

ஆனால், அதேநேரத்தில் அந்தக் குழந்தை தவறான வழிக்கு செல்கையில் முதலில் கண்டிக்க வேண்டியது தாய்தானே தவிர சமூகம் அல்ல!

* * *

நாம் நம்முடைய போராட்டத்தை சைவம் மற்றும் அசைவம் என்று கருதிக் கொள்ளலாம். அதாவது, அகிம்சை வழிப் போராட்டத்தை 'சைவம்' என்றும், ஆயுத வழிப் போராட்டத்தை 'அசைவம்' என்பது போல்.

மனிதர்களில் சிலர் அசைவத்தை ஒதுக்கி சைவத்தை விரும்பலாம். அதேநேரம், மனிதனே அசைவத்தின் கூறுதான் என்பதையும் அவர்களால் கூட மறுக்க இயலாது!

* * *

இறக்குமதி ஒவ்வொன்றும் ஒரு தேசத்தின் ஆட்சி பீடத்தின் இயலாமையின் வெளிப்பாடு!

ஏற்றுமதி ஒவ்வொன்றும் ஒரு தேசத்தின் ஆட்சி பீடத்தின் சூழ்ச்சியின் வெளிப்பாடு!

* * *

சினிமாவைப் பொறுத்தவரையில், அதை காண்பவர்களை விட அதை எடுப்பவர்களுக்கு அதீத அறிவு தேவை!

புத்தகங்களைப் பொறுத்தவரையில், அதைப் படைப்பவர்களை விட அதைப் படிப்பவர்களுக்கு அதீத அறிவு தேவை!

* * *

அறிவியல் என்பதே மனிதன் இழைத்த மற்றும் இழைக்கப் போகும் தவறுகளை சுட்டிக் காட்டும் ஒரு வேர்ச் சொல்தான்!

* * *

தனியாக மேய்ந்து கொண்டிருக்கும் ஒரு மானை புலியால் அவ்வளவு எளிதாக துரத்தி பிடித்து விட இயலாது. ஆனால், சண்டையிட்டுக் கொண்டிருக்கும் இரு மான்களில் ஒரு மானை எவ்வாறேனும் புலி பிடித்து விடும்.

ஏனெனில், சண்டையிட்டுக் கொண்டிருக்கும் இரு மான்களின் கவனமும் தன்னோடு சண்டையிடும் சக மானின் மீதுதான் இருக்குமே தவிர, எதிரியான புலியின் மீது இருக்காது. ஆனால், தனியாக மேய்ந்து கொண்டிருக்கும் மானின் கவனமோ தன் உயிரின் மீது மட்டுமே இருக்கும்!

✻ ✻ ✻

நெருப்பில் தன்னை ஈடுபடுத்திக் கொண்ட குப்பை கூட பயன்பாட்டுப் பொருளாக ஆக முடியும். ஆனால், தங்கமே ஆயினும் அது தன்னை நெருப்பில் ஈடுபடுத்தாத வரையில் அதனால் பயன்பாட்டுப் பொருளாக ஆக முடியாது.

அதுபோல்தான், இயற்கையின் மீதான நம்பிக்கை, பக்தி மற்றும் அர்ப்பணிப்பு.

ஆம். வேடிக்கை பார்ப்பவனால் எக்காலத்திலும் இயற்கையோடு ஒன்றிணைய இயலாது!

✻ ✻ ✻

நிர்வாணத்தை மறைக்க ஆடை வழங்காத ஒவ்வொருவரும் நிர்வாணமானவர்கள்தான்!

✻ ✻ ✻

கேள்விக் கணைகளோடு ஒருவரை கொண்டாடப் பழகுங்கள்.

அப்போதுதான், அங்கே இரசிக மனப்பான்மை அற்றுப் போகும்!

✻ ✻ ✻

ஒவ்வொரு மதமும், இறைவனைப் பற்றி நன்கு புரிந்து வைத்திருக்கிறது.

ஆனால், அந்தந்த மதத்தை பின்பற்றுபவர்கள்தான், இறைவனைப் பற்றி புரிந்து வைத்திருப்பதற்குப் பதிலாக அந்தந்த மதத்தைப் பற்றி புரிந்து வைத்திருக்கிறார்கள்!

* * *

"அடுத்தவன் படும் துன்பத்தின் அளவைக் கணக்கிட்டு உன் துன்பத்தில் சற்று ஆறுதல் கொள்" என்பதெல்லாம் மிகப்பெரிய வன்முறை.

ஆம். இரண்டு கால்களையும் இழந்தவனைக் கண்டு ஒரு காலை இழந்தவன் எவ்வாறு ஆறுதல் அடைய முடியும்?; அவனவனுக்கு அவனவனுடைய துன்பம் பெரிதுதான்.

வேண்டுமானால், அந்தத் துன்பத்தை மரணமடையச் செய்யும் வழியை உரையுங்கள். ஆனால், அவனுடைய துன்பத்தை துயில் கொள்ளச் செய்யும் குறுக்கு வழியை உரைக்காதீர்கள்!

* * *

அதிகாரத்தின் மூலமாக மக்களின் வாழ்வில் வெளிச்சத்தைக் கொண்டு வர முடியும் என்பது உண்மைதான்.

ஆனால், அந்த அதிகாரம் மக்களிடம் பெற்ற செல்வாக்கில் இருந்து கிடைத்திருக்க வேண்டும். அதேநேரம், அந்த செல்வாக்கானது மக்களின் நம்பிக்கையில் இருந்தே தோன்றியிருக்க வேண்டும்!

* * *

'கடவுள் இருக்கிறான்' என்ற வாக்கியத்தை நிரூபிப்பதைக் காட்டிலும், 'கடவுள் இல்லை' என்ற வாக்கியத்தை நிரூபிப்பதுதான் மிகவும் கடினம்.

ஆம். 'கடவுள் இல்லை' என்ற வாக்கியமே 'கடவுள்' என்ற சொல் இல்லாமல் சாத்தியமில்லை!

* * *

நிலத்தில் ஓங்கி எரியும் வேள்வித்தீயாக இல்லாமல், கோபுரத்தின் உச்சியில் எரியும் சிறிய தீபத்தீயாக வாழ்ந்து விட்டுப் போங்கள்.

இரண்டுமே பக்தியின் பெயரால் வளர்க்கப்படுவதாக இருந்தாலும், வேள்வித்தீ ஏற்படுத்துவது 'அனல்'; கோபுர தீபத்தீ ஏற்படுத்துவது 'வெளிச்சம்'!

* * *

"என்னதான் உயர உயரப் பறந்தாலும் ஊர்க்குருவி பருந்தாகாது" என்பார்கள். உண்மையில், பருந்தாவது ஊர்க்குருவியின் நோக்கமே அல்ல.

ஆம். பருந்து என்பது அடிமட்ட நிலையே; பருந்தின் உச்சநிலையாவது 'இராசாளி' ஆகும்.

அதேபோல், ஊர்க்குருவிக்கும் ஓர் உச்சநிலை உண்டு. அதை அதுவே தீர்மானிக்கும்.

நம் பிறப்பின் நோக்கம் மனிதனாக நிலைத்திருப்பதே அன்றி, சிங்கமாக மாறுவது அல்ல!

* * *

தமிழரின் பெருமையை உணர்த்த வள்ளுவனுக்குக் கூட இரண்டு அடிகள் தேவைப்பட்டது.

ஆனால், தலைவர் பிரபாகரனுக்கோ ஒரு அடியே போதுமானதாக இருந்தது!

* * *

காமம் என்பது நாம் பிறந்ததிலிருந்து இறக்கும் வரையில் நம் உடலில் ஒரே நிலையான அளவைப் பெற்றிருக்கும் கருவிழிகள் போன்றது. (நாம் பிறக்கும் போது எந்த அளவில் இருந்ததோ, அதே அளவில்தான் நாம் இறக்கும் வரையில் கருவிழிகள் இருக்கும்.)

காமத்தைக் கடக்க நாம் நம் பார்வையை குருடாக்கிக் கொள்ளுதல் வீணான செயல்; தேவையான நேரங்களில் நாம் நம் இமைகளை அசைத்தலே உத்தமமான செயல்.

ஆம். கருவிழிகளை படைத்தவன்தான் அதைக் கட்டுப்படுத்தும் இமைகளையும் படைத்திருக்கிறான்!

∗ ∗ ∗

உங்களுடைய நேரம் திருடப்படுவதற்கு நீங்கள் மட்டுமே காரணம்.

அதேபோல், மற்றவர்களுடைய நேரம் திருடப்படுவதற்கும் நீங்கள் மட்டுமே பொறுப்பு!

∗ ∗ ∗

நல்ல நல்ல கதைகளின் ஊடாக கதாபாத்திரங்களை வாழ வைப்பதுதான் ஓர் அறிவார்ந்தச் சமூகத்தின் தலையாய கடமை!

∗ ∗ ∗

அதிக அளவு மின்சாரம் பாயும் வழித்தடத்தை நாம் 'அபாயம்' என்று குறித்து வைப்போம். அதேநேரம், எந்த அளவிற்கு அதீத மின்சாரம் அதில் உறைந்துள்ளதோ அதற்கேற்ற அளவு உபயோகத்தை மனிதர்க்கு தர வல்லது அது.

அதேபோல்தான், 'அபாயம்' என்று குறிப்பிடப்படும் மனிதர்களும்.

ஆனால், அவர்கள் எதற்காக படைக்கப்பட்டார்களோ அதில் அபாயத்தைக் கொண்டிருக்க வேண்டும்!

∗ ∗ ∗

புனித நூல்களின் மீது சத்தியம் செய்யச் சொல்வதை விடுத்து, உண்மையில் அவன் எதன் மீது நம்பிக்கை கொண்டுள்ளானோ அதன் மீது சத்தியம் செய்யச் சொல்லி அவனிடமிருந்து உண்மையை வெளிக்கொணர நாம் முயற்சிக்கலாம்!

* * *

ஒருவரின் இறப்பு ஊர்வலத்தில் அவர் இழைத்த தீமைகள் அனைத்தையும் மறந்து அவர் செய்த நன்மைகளை மட்டுமே நினைத்து நாம் கண்ணீர் விடுகிறோம்; அந்தக் கண்ணீர் நிச்சயமாக உண்மையைச் சுமந்திருக்கும்.

அதே உண்மை மிகுந்த கண்ணீரோடு அல்லது, சிரிப்போடு இறைவனை அணுகுங்கள்!

* * *

ஏதோவொன்றை உட்கொள்வதன் மூலமாகத்தான் ஒரு படைப்பாளிக்கு ஒரு நல்ல படைப்பு தோன்றுமாயின், அப்படைப்பின் மூலமாக கிடைக்கும் அங்கீகாரமோ அல்லது, விருதோ அந்த உட்கொள்ளப்பட்ட பொருளுக்குச் சொந்தமே அன்றி, படைப்பாளிக்கு அல்ல!

* * *

ஆயுதத்தால் ஒருவர் சிறப்படைவதில்லை; மாவீரமும் விவேகமும் பொருந்திய ஒருவரால்தான் அந்த ஆயுதமே சிறப்படைகிறது.

அதுபோல்தான் தத்துவங்களும்!

* * *

நாம் 'புது நாகரீகம்' என்ற பெயரால் நம்முடைய நிலப்பரப்பைத்தான் மேலை நாடுகளுக்கு தாரை வார்த்துக் கொண்டிருக்கிறோம்!

* * *

புராணங்களில், உங்களை கண்டறிய எப்போதும் முயலாதீர்கள்.

அது, உங்களுக்கு நிர்ணயிக்கப்பட்ட தந்தையை விடுத்து இன்னும் சிறப்பானதொரு தந்தையை தேடுவதற்குச் சமமாகும்!

***

படைத்தவனுக்கு மட்டுமே தெரியும் படைப்பின் முழுவிபரம்.

ஆகவே, படித்தவர் பெரும் அறிஞராயினும் அல்லது, இறைவனாயினும் அவர் கூறுவது வெறும் விமர்சனம் மட்டுமே!

***

ஒருவர், பொதுத்தளத்திற்கு வந்த பிறகு அவரைப் பற்றிய 'தனிமனித விமர்சனம்' என்பது அவர் புரியவிருக்கும் பொதுசேவையின் அங்கமாகவே மாறிவிடுகிறது.

ஆகவே, தனிமனித விமர்சனத்தை அவதூறு என்று கருதுகிறவர்களே முதல் களையாகி விடுகிறார்கள் அச்சமூகத்திற்கும் அவர் புரிந்து வருகின்ற சேவைக்கும்!

***

ஓர் தத்துவத்திற்கு யாரும் இங்கு தந்தையாக உரிமை கொண்டாட இயலாது. அது, பூமியில் தோன்றிய முதல் மனிதன் போல் விடை காண இயலாத ஓர் கேள்வியைப் போன்றது.

ஆம். உனக்கு வைத்திருக்கும் பெயருக்கு உரியவன் நீதான்; ஆயினும், அந்தப் பெயர் உனக்கு மட்டுமே உரியது அல்ல!

***

உண்மையில் ஒருவன் பக்குவப்படும் போது மட்டுமே அவனிடமிருந்து கேள்விகள் எழுகின்றன!

***

தற்காலத்தில் வாழ்ந்து வருகின்ற மானுடம் ஒரு குறிப்பிட்ட நபர் எழுதும் கவிதைகளையே தங்களுடைய கொள்கையாக நினைத்து அதை ஏற்று வாழ்கிறது!

* * *

ஒரு குறிப்பிட்ட பரம்பரைக்குத் தன் குறிப்பிடாத பரம்பரையையும் சேர்த்து அடகு வைப்பவர்க்கு பெயரே 'கொத்தடிமை'!

* * *

உங்களுக்காக தரவிருக்கும் விருதுகளுக்காக உழைக்காதீர்கள்.

உங்களுக்காக தவமிருக்கும் விருதுகளுக்காக உழையுங்கள்!

* * *

மரணத்தின் அழகை மெருகேற்றுவதற்கான ஓர் ஒப்பற்ற ஒப்பனை கலைஞன்தான் 'வாழ்க்கை'!

* * *

சூரியனைப் போல் சந்திரனும் பிரகாசித்தால் சூரியனின் மதிப்பு குறைவதை விட சந்திரனின் மதிப்பே குறையும்.

ஆகையால், சில நேரங்களில் குறைபாடு உடைய வாழ்க்கையை வாழ்வதிலும் அர்த்தங்கள் இருக்கத்தான் செய்கிறது!

* * *

இங்கு, மனிதன் தான் ஞானியாவதையும் அறிஞராவதையுமே தன்னுடைய 'உயர்வு நிலை' என்று எண்ணுகிறான். உண்மையில், மனிதன் மனிதனாக இருப்பதுதான் 'உயர்வு நிலை'.

ஆம். நீரானது மூலத்தில் எவ்வாறு இருந்ததோ அவ்வாறு இருந்தால் மட்டுமே மானுடத்திற்கு பயன்படும்.

அதுபோல்தான் மனிதனும்!

* * *

கடவுளின் போலி தூதர்கள், தனிமனித நோயை தீர்க்க தங்களைச் சுட்டுகிறார்கள்.

ஆனால், பொது நோயை தீர்க்க மட்டும் ஏனோ கடவுளைச் சுட்டுகிறார்கள்!

* * *

விமர்சகராக இருப்பதற்கு கண்டதையும் படி; எழுத்தாளராக இருப்பதற்கு கண்டதை படி!

பாவலராக இருப்பதற்கு காணாததையும் படி; படைப்பாளராக இருப்பதற்கு காணாததை படி!

* * *

ஓர் கேள்விக்கு 'தெரியாது' என்ற பதில் கூட உண்டு.

ஆனால், பதில் இல்லாமல் இல்லை!

* * *

பெரிய உருவங்களின் அழிவு எவ்வளவு விரைவாக நிகழ்கிறதோ, அதைவிட மிகவும் விரைவாக சிறிய உருவங்களின் அழிவு நிகழும்!

* * *

ஒருவன் உண்மையில் இல்லாதவனானால் அவனைப் பற்றிய உண்மைகள் மட்டுமே அதிகம் வெளிப்படும்!

ஒருவன் உண்மையில் இல்லாததை ஒருவன் மட்டுமே அறிந்திருந்தால் அவனைப் பற்றிய பொய்மையே அதிகம் வெளிப்படும்!

* * *

உயர் பிறப்பு ஆவது மனிதப் பிறவி என்றனர். ஆனால், பிறவிக்குள் உயர்வு தாழ்வு வைத்து ஆலயத்தை அடைத்தான்.

எலிகளும் பூச்சிகளும் எவ்வகை பிறப்பு என்று ஆய்ந்தாரோ? பிரித்தாரோ?; கருவறையிலேயே காலமும் ஆவதைப் பாரீர்!

* * *

குடிசை வீட்டில் இருக்கும் ஒருவனைக் கண்டு ஓட்டு வீட்டில் இருக்கும் ஒருவன் ஆறுதல் அடைகிறான், மாடி வீட்டில் இருக்க வேண்டியவனான அவன்.

இதுதான், அந்த மண்ணுக்கு துளியும் சம்பந்தம் இல்லாத ஆளும் கட்சிகள் மேற்கொள்ளும் நலத்திட்டங்களின் சூத்திரம்!

* * *

ஆரியம், உயர்ந்த இடத்தில் இருக்கலாம்.

ஆனால், தமிழ்த்தேசியம் எப்போதும் உயர்ந்தே இருக்கிறது மற்றும் இருக்கும்!

* * *

மேனியில் கோடுகள் இருந்தால்தான் அதை புலி என்று நீங்கள் ஒப்புக் கொள்வீர்கள்; அது உங்களுடைய நிலைப்பாடு.

ஆனால், புலி தங்களை புலி என்று நிரூபிக்கும் முறையை தங்களுடைய மேனியில் அமைந்துள்ள கோடுகளில் ஒளித்து வைத்திருக்கவில்லை!

✳ ✳ ✳

நீங்கள் இருளில் இருக்கிறீர்கள்; உங்களுக்கு தற்போது வெளிச்சம் தேவைப்படுகிறது. ஆனால், வெளிச்சம் தரக்கூடிய எந்தவொரு பொருளும் உங்களுக்கு அருகில் இல்லை.

அதனால், உங்களையே நீங்கள் தீயிட்டுக் கொளுத்தி வெளிச்சத்தை ஏற்படுத்த முயல்வீர்களா?; அப்படியே ஏற்படுத்தினாலும், உங்களால் அந்த வெளிச்சத்தை அனுபவிக்கத்தான் இயலுமா?

ஆம். இதுவே அநேகமான தற்கொலைகளின் சூழ்நிலை.

உண்மையில், தற்கொலை என்பது பிறருக்கு மட்டுமல்ல, உங்களுக்கே தீர்வை (பயனை) நல்காது!

✳ ✳ ✳

பல கொள்கைகள் பேசப்பட்டிருக்கும் ஓர் படைப்பை, அதில் உன் கொள்கையும் பேசப்பட்டு இருக்கிறது என்ற ஒற்றைக் காரணத்திற்காக உன்னைப் பின் தொடர்பவர்களை அப்படைப்பை வாங்கச் சொல்லி வற்புறுத்தல் செய்யாதே.

அது, அமிர்தம் கலந்த விசத்தை பருகச் சொல்லி தன்னை நேசிக்கும் மக்களை வற்புறுத்தல் செய்வதற்குச் சமம்!

✳ ✳ ✳

"நான் என் தொழிலுக்கு நேர்மையாக இருக்கிறேன்" என்பதெல்லாம் வெறும் போலியான கருத்து.

உண்மையில், நீங்கள் உங்களுடைய தொழிலின் பயனை அனுபவிக்கும் வாடிக்கையாளர்களுக்குத்தான் நேர்மையாக இருக்க வேண்டும்!

* * *

பாவலனை காதலனாக ஏற்பவர்கள் அநேகம்.

ஆனால், அதேப் பாவலனை தங்களுடைய கணவனாக ஏற்பவர்கள் சில ஏகம்!

* * *

காலத்தை நம்புங்கள்.

அது, உரியதை உரிய இடத்திற்கு உரிய நேரத்தில் கொண்டு வந்து சேர்க்கும்!

* * *

இலவசம் என்பதே விலைவாசி உயர்வைப் பற்றி மக்களை சிந்திக்கக் கூட விடாமல் வைப்பதற்கு ஆட்சியாளர்கள் மக்களின் மதி மீது போடும் ஓர் திரை!

* * *

நீங்கள் வாழ்வது வேறொரு நிலமாகவே இருக்கட்டும்.

'பிழைத்தல்' என்ற ஒற்றைக் காரணத்திற்காக உங்களுடைய தாய் அடையாளத்தை மறந்து அயலார் நிலத்தின் அடையாளத்தை ஏற்றுக் கொள்வது என்பது சிங்களவன் செய்த இனப்படுகொலையை விட மோசமான செயல்!

* * *

ஒவ்வாமையோடு நீங்கள் புரியும் ஒவ்வொரு வினையும் உங்களைச் சார்ந்த இனத்திற்கு பெருஞ் சாபமாய் வந்து முடியும்!

***

உன்னை வீழ்த்துவதற்கு எதிரியின் இறுதி ஆயுதம் 'சதி'தான் என்றால், நீ அந்த எதிரிக்கு இறைவனாய் தெரிகிறாய் என்று பொருள்!

***

நல்லவைக்காக நீங்கள் எதைப் பெற்றாலும் அல்லது, இழந்தாலும் அது துறவறமே.

ஆம். சேவை என்பது கொடுப்பதில் மட்டுமல்ல, பெறுவதிலும் உள்ளது!

***

மனிதன், மழை வேண்டி தீ மிதிக்க வேண்டிய அவசியம் இல்லை.

மலையை மிதிக்காமல் இருந்தாலே போதும்!

***

ஒரு இனத்தின் சுதந்திரம் மற்றொரு இனத்தை எவ்வாறேனும் அடிமைப்படுத்தும்.

ஆனால், ஒரு இனத்தின் சுதந்திர வேட்கை அனைத்து இனத்திற்கும் சுதந்திரத்தை பெற்றுத்தருமாறு அமைந்ததென்றால் அது 'ஈழ சுதந்திர வேட்கை' மட்டுமே!

***

நீங்கள் புத்தகங்களை காதலிக்காதீர்கள்.

அதோடு வாழப் பழகுங்கள்!

***

41

ஒரு மனிதனுக்கு ஒரு குரல்வளை மட்டுமே உண்டு.

ஆனால், ஒரு புத்தகத்திற்கு கோடிக்கணக்கான குரல்வளைகள் உண்டு!

***

ஆயுதம், ஒருவனின் கரங்களில் சென்று சேரும் வரையில் பொறுமையை கடைபிடிக்கிறது.

அந்த வகை பொறுமையைதான் மானுடம் கடைபிடிக்க வேண்டும்!

***

நீங்கள் போராடாமல் இருப்பதற்கு உங்களுடைய சூழ்நிலையை காரணம் காட்டினால், வருங்காலத்தில் உங்களுடைய உடலில் இரட்டைப்படையில் அமைந்துள்ள உடலுறுப்புகளில் ஒன்றை விற்றே நீங்கள் பிழைப்பு நடத்த வேண்டி வரும்!

***

புத்தகங்களை படிப்போரெல்லாம் அறிஞர்களாகி விட முடியாது.

எடுத்துவிட்டப் புத்தகத்தை முடிக்காமல் எவரொருவர் மூடுவதில்லையோ அவரே அறிஞராகிறார்!

***

ஒரு அயோக்கியன், வருங்காலத்தின் மீது மட்டுமே கவனம் செலுத்துவான்!

ஒரு மனசாட்சியற்ற அயோக்கியன், நிகழ்காலத்தின் மீது மட்டுமே கவனம் செலுத்துவான்!

ஒரு மனசாட்சி கொண்ட அயோக்கியன், கடந்த காலத்தின் மீது மட்டுமே கவனம் செலுத்துவான்!

***

"எவ்வாறேனும் பிழைத்து விட வேண்டும்" என்று நினைப்பவனுக்கு அவனுடைய உடலிலேயே நாற்காலி பொருத்தப்பட்டிருக்கும்!

* * *

ஒத்தக் கருத்துடையவர்களின் கூட்டணி, கடவுளைக் காட்டிலும் அதீத வரங்களை மக்களுக்குத் தர வல்லது!

* * *

வாழ்வின் நெருக்கடி காரணமாக உங்களால் அரசியலின் மீது கவனத்தை செலுத்த இயலாமல் இருக்கலாம்.

ஆனால், ஒன்றை மட்டும் எப்போதும் நினைவில் வைத்துக் கொள்ளுங்கள்,

கேடுகெட்ட அரசியலின் ஆதாரம் உங்களைப் போன்ற மக்களின் கவனக்குறைவே ஆகும்!

* * *

உயிரற்ற அழகானப் பொருளொன்று, உயிருள்ள அழகற்றப் பொருளோடு இணையும் போதே இரண்டும் அங்கீகரிக்கப்படுகிறது!

* * *

குழந்தைகள் ஆபத்தைக் கூட இன்பமாகவே கருதுகின்றன; கருதுவதோடு மட்டுமல்லாமல் அதை அனுபவிக்கவும் தயாராக இருக்கின்றன.

காரணம், குழந்தைகள் தங்களுடைய பாதுகாப்பை தன்னை ஈன்ற பெற்றோரிடம் ஒப்படைக்கிறது. அவர்களைத் தவிர்த்து வேறு யாரிடமும் தன்னை ஒப்படைப்பது இல்லை.

ஆனால், அதே குழந்தை வளர வளர பெற்றோரைத் தவிர்த்து மற்ற அனைவரிடமும் தன்னுடைய பாதுகாப்பை ஒப்படைக்கிறது.

இதுவே, நாத்திகம் ஆகும்.

ஆம். நம்ப வேண்டிய ஒன்றைத் தவிர்த்து ஏனைய அனைத்தையும் நம்புவதே நாத்திகம் ஆகும்!

* * *

சற்று தூரத்தில் இறக்கிவிடப்பட்ட தன்னுடைய குழந்தை தன்னை நோக்கி முதல் அடி எடுத்து வைக்கும் வரைக்கும் தாயானவள் சிலை போல் இருப்பாள். முதல் அடியை குழந்தை தாயை நோக்கி எடுத்து வைத்து முன்னேறி வருகையில், சற்று தடுமாறும் வேளையில் சிலை போல் இருந்த தாய் தன்னுடைய குழந்தையை நோக்கி பல அடிகள் எடுத்து வைத்து தன் குழந்தையை தடுமாறாமல் தாங்கிக் கொள்வாள்.

ஆம். நீங்கள் உங்களுடைய தாய்மொழியை நோக்கி ஒரு அடி எடுத்து வைக்கயில் உங்களை நோக்கி உங்களுடைய தாய்மொழியானது நூறு அடி எடுத்து வைக்கும்.

ஆனால், முதல் அடியை எடுத்து வைக்க வேண்டியது உங்களுடைய பொறுப்பு!

* * *

சமரசமற்ற மாவீரர்கள் துயிலும் கல்லறைகளுக்கு மட்டுமே பேசும் ஆற்றல் உண்டு!

* * *

தற்கொடைகளால் உண்டான வெளிச்சத்தில் அப்போது இல்லாமல் போனாலும், நிச்சயமாக எதிர்காலத்தில் வரலாறு ஒளிரும்!

* * *

அலைந்து திரியாமல் நீங்கள் சேகரிக்கும் ஒவ்வொரு தகவல்களும் ஊனத்தோடு இருக்கும்!

* * *

உங்களுக்கு உங்களுடைய தடைகளை கையாளத் தெரிந்து விட்டால், அதுவே அளப்பரிய சுதந்திரத்தை உங்களுக்கு நல்கும்!

* * *

"சூழ்நிலையின் காரணத்தால்தான் அந்தத் தரப்பில் நிற்கிறோம்" என்று கூறுவது, அந்தப்புரத்தில் இருந்து கொண்டு கற்பு பற்றிய ஞான உபதேசம் புரிவதற்கு ஒப்பானது!

* * *

"தோற்றாலும் இதயங்களை வென்று விட்டீர்கள்" என்று கூறுவது கூட ஒருவகையில் வெற்றியை கருணைக்கொலை செய்வதற்கு ஒப்பானதுதான்.

ஏனெனில், அந்தக் கூற்று ஒரு தன்னம்பிக்கையை தந்தென்றால் பிரச்சனையில்லை. ஆனால், வெற்றியின் போது அடைய வேண்டிய உணர்ச்சிப் பெருக்கை தற்போதைய தோல்விக்கு தந்துவிட்டதென்றால் மிகப்பெரிய பிரச்சனை!

* * *

ஒரு அவதூறுக்கு இன்னொரு அவதூறு கொண்டு எதிர்வினை ஆற்றுவது என்பது உயிரற்ற அரசியல் தன்மையின் வெளிப்பாடு!

* * *

'பயனுறும் அனைத்துமே சிறப்படையாது' என்ற விதியை குடிகள் அங்கீகரித்தால், அதுவே ஊழல் அரசுகளின் முதல் ஆயுதமாய் உருவெடுக்கும்!

* * *

காதலின் தோற்றம் வகுப்பறை அனுபவமாகவும், காதலின் அனுபவம் கருவறை அனுபவமாகவும் இருக்க வேண்டும்!

* * *

அவமானத்தை நிராகரித்து விட்ட உயிருக்கு இறைவனால் கூட சோதனைகள் தர இயலாது!

* * *

ஊரின் செயல்பாடுகள் குழந்தைகளுக்குப் பரவுவது அவ்வளவு நல்லதல்ல.

ஆனால், குழந்தைகளின் செயல்பாடுகள் ஊருக்குப் பரவுவது மிக நல்லது!

* * *

அனைவரிடமும் ஒரு புத்தகம் இருந்தால் விவாதம் என்பது தோன்றுவதே இல்லை.

அதனால் அனைவரும் முழுமை பெற்று விடுவார்கள் என்று நான் கூறவில்லை; நிச்சயமாக ஒரு புத்தகம் மனிதர்களுக்கு முழுமையை தராதுதான். ஆனால், முழுமை அடைவதற்கான வழியை ஒரு நல்ல புத்தகத்தின் ஒரு பக்கமே கூறிவிடும்.

* * *

ஓர் மண்ணை அதற்கு உரியவன் முழுத்தகுதியோடு ஆளும் போது அங்கு வாழும் மக்களின் உரிமைகள் கனவில் கூட மறுக்கப்படுவதில்லை!

* * *

எழுதியவனே அதை கடைப்பிடிக்காமல் இருந்தால் அவனை நடுவீதியில் கொன்று புதையுங்கள்!

* * *

இறைவனை இயல்பு நிலைக்கு அப்பாற்பட்டவராக ஆத்திகம் காட்டுவதே நாத்திகத்தின் ஆணிவேர்.

உண்மையில், இறைவன் இயல்பு நிலைக்கு அப்பாற்பட்டவர் அல்ல. நீங்கள் இறைவனைச் சுற்றி கட்டமைத்த கட்டுக்கதைகளே இயல்பு நிலைக்கு அப்பாற்பட்டது!

* * *

திணிக்கப்பட்ட ஒன்றின் மீது கோபம் மட்டும் கொள்பவர்கள் முட்டாள்கள்;

எதிர்த்துக் கேள்விகள் மட்டும் கேட்பவர்கள் சாமானியர்கள்;

அமைதியை கடைப்பிடிப்பவர்கள் பிணங்கள்;

கிளர்ந்து எழுபவர்கள் மனிதர்கள்;

ஏற்றுக் கொள்பவர்கள் அடிமைகள்;

பிறரையும் ஏற்றுக் கொள்ள வைப்பவர்கள் கொத்தடிமைகள்!

* * *

எந்தத் தொழில் உங்களுக்கு முன்னேற்றத்தை தருகிறதோ, அந்தத் தொழிலுக்கு நீங்கள் தருமவானாக இருக்க வேண்டும்!

* * *

உலகில் இரண்டு வகை ஆசைகள் உள்ளது.

ஒன்று, உங்கள் மேல் உலகம் கொள்ளும் ஆசை; இரண்டு, உலகம் மேல் நீங்கள் கொள்ளும் ஆசை.

வயிற்றில் இருந்து குழந்தையை இயற்கை முறையில் வெளியே கொண்டு வர இயலாத நிலையில் நீங்கள் செயற்கையை கடைபிடிப்பது போன்றது முதல் வகை ஆசை.

வெளியில் வந்த குழந்தையை மீண்டும் வயிற்றின் உள்ளே செலுத்த இறைவனே வரம் தந்து அதை நீங்கள் செயல்படுத்துவது போன்றது இரண்டாம் வகை ஆசை!

* * *

தாய்மொழி கொண்ட கொடியும், இனமும், பாடலும் ஒரு தாய் மண்ணிற்கு நிச்சயமாக வேண்டும்!

* * *

கண்டம் தாண்டி கண்டம் செல்லும் பறவைகள் கூட தங்களின் அடையாளத்தை துறந்து இன்னொரு தேசத்தில் இருப்பதில்லை.

அடையாளம் என்றால் என்னவென்று அறியாதவைகள் கூட அதை பாதுகாக்கின்றன. ஆனால், அடையாளத்தின் மகத்துவம் அறிந்திருந்தும் அதை மனிதர்கள் பாதுகாப்பதில்லை!

* * *

உங்கள் வன்மத்தைச் சுட்டி வேண்டுதல் வைத்துவிட்டு அது நிறைவேறிய பின்னர் இறைவனுக்கு உரிய காணிக்கையை செலுத்துவதாக நினைத்து நீங்கள் பலி பீடத்தில் கொடுக்கும் உயிர், இறைவனின் உயிராகும்!

* * *

நல்லவர்கள் ஒன்றாக இருக்கும் போதுதான் தர்ம சிந்தனையை இவ்வுலகால் தீயவர்கள் மேல் செலுத்த இயலும்!

* * *

<u>பாவலரேறு பெருஞ்சித்திரனார்!</u>

தமிழ் என்று வந்துவிட்டால் பாவலர்.

தமிழினம் என்று வந்துவிட்டால் காவலர்!

விடுதலை என்று வந்துவிட்டால் வேங்கை.

'அடிமை நிலை போல் இழிவு வேறேதும் இல்லை' எனும் கருவே கொள்கை!

இவர் ஒழிக்க நினைத்ததை ஒழிக்க ஏற்போம் உறுதி.

தமிழினம் உள்ள வரையில் இவர் புகழை கடத்துவோம், கொள்ளாதீர்கள் மறதி!

* * *

ஒருவேளை, இங்கே மனிதனைப் போல் அனைத்து உயிரினங்களும் பேசும் ஆற்றலைக் கொண்டிருந்தால் ஒட்டுமொத்த மனிதர்களும் சிறைச்சாலையில்தான் இருப்பார்கள்!

* * *

செயற்கையாக அனுமதிக்கப்பட ஒன்றை இயற்கையாகவே மனிதன் மீறுவான்.

அதையே, 'விதிமீறல்' என்கிறார்கள்!

இயற்கையாக நிகழும் அல்லது, நிகழ்த்த வேண்டிய ஒன்றுக்கு குறுக்கு வழியாக வந்த செயற்கையை இயற்கையாகவே மனிதன் மீறுவான்.

அதையே, 'சட்ட விரோதம்' என்கிறார்கள்!

* * *

இவ்வுலகால் அங்கீகரிக்கப்படாத ஆசைகளை இவ்வுலகில் வாழும் மக்கள் அங்கீகரிப்பதும், அதை தங்களுடைய தேர்தல் வாக்குறுதிகளாக அரசியல்வாதிகள் அறிவிப்பதும் சாராயத்தை விடவும் போதை மிக்கது!

* * *

ஐந்திணைகளை பேய்கள் கூட தங்களுடைய வாழ்விடமாக மாற்றிக் கொள்கிறது.

ஆனால், இந்த மானுடம் மட்டும் ஐந்திணைகளை ஒரு தின்பண்டமாக நினைத்து அதை உட்கொள்கிறது!

* * *

காதலும், தெய்வ வழிபாடும் பணக்காரத்தனத்தை தீட்டாக கருதுகிறது.

வழக்கம்போல், மனிதன் தீட்டை ஒழிப்பதற்காக போர் தொடுப்பதை விடுத்து காதலையும் தெய்வ வழிபாட்டையும் ஒழித்துக்கட்டுவதற்கு போர் தொடுத்து நிற்கிறான்!

* * *

வெறும் பிரபலத்தின் நாசியானது, பிறரின் உயிர் மூச்சை அறவும் அபகரித்தே சுவாசிக்கும்!

* * *

கல்லறையின் புனிதத்தன்மையை காப்பதே மானுடத்தின் கடமை.

அதை, பிரம்மாண்டப்படுத்துவது அல்ல!

* * *

மக்களுக்காக புரட்சி செய்து கைப்பற்றப்பட்ட செங்கோலுக்கு ஆயுதங்களே உற்ற தோழன்!

* * *

தலைக்கேறிய முறையற்ற காமத்தின் முதல் பலி, கடவுள்.

முதற்பொருள், கடவுள் மறுப்பு!

* * *

நிர்பந்திக்கப்பட்ட ஆசைகள் நிறைவேறும் போது மிகப்பெரிய துரோகமே அதன் பலனாய் மனித இனத்திற்கு கிடைக்கும்!

* * *

ஒரு வாசகன் ஒரு புத்தகத்தின் படிக்காத பக்கங்களின் அடர்த்தியை குறைக்க குறைக்க அவனுடைய பக்குவத்தின் அடர்த்தி அதிகரிக்க வேண்டும்.

அவ்வாறே, புத்தகங்கள் அமைய வேண்டும்!

* * *

கடவுள் மறுப்புக் கொள்கையை ஏற்றுக் கொண்டால் மனிதன் கெடுகிறானோ இல்லையோ, இயற்கை நிச்சயமாக கெட்டு விடும்!

* * *

மற்றவரின் வெற்றிக்கு உங்களுடைய நினைவுகள் அச்சாணியாய் மாறும் போது உங்களின் பெயரைச் சுற்றியுள்ள அனைத்து புறப்பொருட்களும் அகப்பொருளாய் மாறிப் போகும்!

* * *

நோக்கமற்று உடலினை உறுதி செய்தல் என்பதும் நேரத்தை வீணாக்கும் விடயம்தான்!

* * *

என்னவென்று அறியாவிட்டாலும் கூட இனத்தின் பெயர் சுட்டி ஒன்றுகூடி பின் என்னவென்று அறிந்து தானாய் கிளர்ந்து எழுந்து போராடுவதற்குப் பெயரே 'பக்குவம்'!

* * *

உங்களுடைய நாக்கு எதை உச்சரித்தால் உங்களுடைய மனம் மகிழ்கிறதோ அதுவே இறைவனுக்குப் பிடித்த மந்திரம்!

* * *

ஒழுக்கம் என்பது தற்சார்பு போன்றது.

அது, தனியுடமைதான். ஆனால், அந்தத் தனியுடமையை அனைவரும் இணைந்து பொதுவுடைமையாக கடைப்பிடிக்க வேண்டும்!

* * *

புலமை மிக்க புலவர்களை அரசு கொண்டாடும்.

ஆனால், துணிச்சல் மிக்க புலவர்களை அந்தத் தெய்வமே கொண்டாடும்!

* * *

முதலாமாண்டில் 'முதன்முறை' என்ற வார்த்தையை பயன்படுத்த முடியாமல் போனால் பரவாயில்லை.

ஆனால், ஆண்டுகள் பல கண்ட பிறகும் அவ்வார்த்தையை அத்தேசம் பயன்படுத்த இயலாது இருந்தால் அத்தேசத்தை மூளைகளை கையில் ஏந்திய எலும்புக்கூடுகள் ஆளுகின்றது என்று பொருள்!

* * *

தன் இனத்தின் மரபை அந்த இன மக்களே வெறும் பிற்போக்குத்தனம் என்று எண்ணி அதை ஒதுக்குவார்களானால், வருங்காலத்தில் அவர்களே கட்டாயத்தின் பெயரால் அந்த மரபை கடைப்பிடிக்க வேண்டிய நிலை வரும்!

* * *

அதிகாரம் என்பது நிபந்தனையுடன் கூடிய சேவை; சர்வாதிகாரம் என்பது நிபந்தனையற்ற சேவை.

இதை, நாமே அவர்களுக்கு உணர்த்திட வேண்டும். இல்லையெனில், அவர்களுடைய பிணம் கூட நம்மைக் கட்டுப்படுத்தும்!

* * *

மலைகள், தங்க முட்டைகளை இடும் வாத்து அல்ல; அது, மண் மாதாவின் மார்பகங்கள்.

தினம் தினம் முட்டைகளை சேகரிக்க முடியாமல் பேராசை கொண்டு வாத்தினை அறுத்தல் மூடத்தனம் என்றால், உலக உயிரினங்கள் அனைத்திற்கும் பாலூட்டி பசியாற்றி வரும் மண்ணின் மார்பகங்களை அறுத்தெறிவது எத்தனை பெரிய மூடத்தனம் மற்றும் இரக்கமின்மை?

அந்த மார்பகத்தில் பசியாறியவனே மலைகளை தகர்த்தல் என்பது நம்பிக்கைத் துரோகம்; அதை நாம் அனுமதித்தல் என்பது தண்டனைக்கு கூட உட்படுத்த இயலாத குற்றம்!

✳ ✳ ✳

தூய காதல் கொண்ட மனதில் காமம் எப்போதும் சிறு விளக்காய் ஒளி வீசிய படி இருக்கும்.

ஆதலால், அது நெருக்கமானவர்களுக்கு மட்டுமே வெளிச்சத்தை நல்கும்!

✳ ✳ ✳

புத்தகங்கள் என்பவை சாவி அல்ல; சாவி என்பது வெறும் சாவி மட்டும்தான்.

ஆனால், புத்தகங்கள் என்பது சாவி, பூட்டு, அறை மற்றும் அதில் வைக்கப்பட்டிருக்கும் தங்கம்.

ஆகையால், புத்தகங்களை வெறும் தீர்வாக மட்டுமே பார்க்காதீர்கள்!

✳ ✳ ✳

பெரியவர்களை விட குழந்தைகளுக்கு இறை வேடம் மிக நேர்த்தியாக பொருந்துவதன் காரணம் தெரியுமா?

நாம் "இறைவன் இருக்கிறானா? இறைவன் இல்லையா?" என்ற இரு வினாக்களோடும், "இறைவன் இருக்கிறான்; இறைவன் இல்லை" என்ற இரு பதில்களோடும் நம் வாழ்வை கழித்துக் கொண்டு இருக்கிறோம். ஆனால், குழந்தைகளுக்கு இவை எதுவும் தோன்றாது; அவர்களிடம் எந்த வேண்டுதல் பட்டியலும் கிடையாது.

நாம், இறைவனின் சக்தியை நம்புகிறோம்; குழந்தைகள், இறைவனை நம்புகிறது.

நாம், இறைவனிடம் வணிகம் கொள்கிறோம்; குழந்தைகள், இறைவனிடம் நட்பு கொள்கிறது.

ஆதலால்தான், நாம் இறைவனின் வேடத்தில் காட்சி தருகிறோம்; குழந்தைகள், இறைவனாய் காட்சி தருகிறது!

* * *

தோல்வியின் போது கடமையையும், வெற்றியின் போது மனிதத்தையும் ஒரு மனிதன் தன் நினைவுக்கு கொண்டு வந்தால், இவ்வுலகம் உள்ள வரையில் அவன் பெயர் இப்பூமிக் காற்றில் எப்போதும் நிறைந்திருக்கும்!

* * *

இந்த உலகின் ஒட்டுமொத்த அறியாமையின் மையப்புள்ளி முட்டாள்தனமே அன்றி, முட்டாள்கள் அல்ல!

* * *

மனிதன் அனைத்திலிருந்தும் தப்பித்துக் கொள்ள நினைக்கிறானே அன்றி, ஒருபோதும் விடுதலையை அடைய முயற்சிப்பது இல்லை!

* * *

ஒரு நீதிமன்றத்தை இன்னொரு நீதிமன்றமே அவமதிப்பது போல், உங்களின் ஓட்டை உங்களைப் போன்ற இன்னொருவரின் ஓட்டுதான் அவமதிக்கிறது!

* * *

"என்னிடம் அறிவுரை கேட்கும் நிலையில் நீங்கள் இருக்கிறீர்கள்!"

இது, விதியின் வெளிப்பாடு!

"உங்களுக்கு அறிவுரை கூறும் நிலையில் நான் இருக்கிறேன்!"

இது, வினையின் வெளிப்பாடு!

* * *

அரசியல் களம் என்பது உங்களுடைய ஞாபக சக்தியை நிரூபிப்பதற்கான இடம் அல்ல!

* * *

உடல் சுத்தம்; மொழி சுத்தம்; உயிர் சுத்தம்.

இம்மூன்றும் இல்லாதவர்களை உங்களின் ஞாபகத்தில் கூட கொண்டு வராதீர்கள்!

* * *

போலிப் புன்னகையை நிரந்தர கண்ணீர் சமன் செய்யும்!

* * *

வெற்றியோ தோல்வியோ நிரந்தரம் அல்ல.

முயற்சிதான் நிரந்தரம்!

* * *

நீரால் மட்டுமே ஏற்படுத்தக் கூடிய பாதையை மனிதன் தன் வினையால் ஏற்படுத்துவதற்குப் பெயர்தான் 'சுரண்டல்'!

* * *

முட்டாள்களுக்கு துணிச்சல் தருகின்ற பயிற்சி பட்டறைக்குப் பெயர்தான் 'பணநாயகம்'!

* * *

தலைமைகள் பாதிக்கப்படாத போரின் முடிவில் குடிகள் அனைத்தையும் இழந்திருப்பார்கள்!

* * *

குடும்பத்தில் நேர்மை இருக்கிற வரையில் சட்டம் என்பது அந்தக் குடும்பத்திற்கு அவசியமற்றது.

சட்டத்தின் கட்டுமானம் என்பது ஒரு ஒழுங்கற்ற குடும்பத்தில் உண்டாகும் காரணிகளை அடிப்படையாக வைத்தே கட்டமைக்கப்பட்டது.

அதற்காக, குடும்ப வாழ்வை துறந்து விடலாம் என்று நீங்கள் நினைத்தால் அது, 'சர்வாதிகாரத்தால் கூட உங்களுக்குத் தீர்வை நல்க இயலாது' என்ற சூழலை உருவாக்கி விடும்!

* * *

எப்படி இங்கு படித்த படிப்புக்கான தொழில் துறையில் வேலை வாய்ப்புகள் இல்லையா, அதுபோலவே அரசியலிலும் வேலை வாய்ப்புகள் இல்லை.

இப்போது இருக்கும் அரசியல்வாதிகள் வருகின்ற அடுத்த ஐநூறு ஆண்டுகளுக்குக் கூட தங்களுடைய அரசியல் வெற்றிடத்தை நிரப்பும் அளவிற்கு தங்களுடைய சந்ததிகளை சேமித்து வைத்திருக்கிறார்கள்!

* * *

தாய் நிலத்தின் பெருமையெல்லாம் மதம் வந்தால் பறந்து போகும்!

மதத்தின் பெருமையெல்லாம் சாதி வந்தால் பறந்து போகும்!

சாதியின் பெருமையெல்லாம் துயர் வந்தால் பறந்து போகும்!

* * *

நாம் போர்க்களத்தில் இருக்கிறோம்.

கீதையை உபதேசம் செய்ய கண்ணன் உண்டு; அதைக் கேட்க பார்த்திபன் உண்டு. ஆனால், இவர்களின் உரையாடல் முடியும் வரையில் அங்கே பிணம் போல் அசையாது நிற்க எதிரிகள்தான் தயாராக இல்லை.

ஆகையால், போர்களத்திற்கு வருவதென்றால் தலைவனின் கட்டளையை நிறைவேற்றும் ஒரு பணியாளனாகவே வாருங்கள்!

* * *

நீரின் நோக்கம் கடலைச் சேர்வது அல்ல.

மேகத்தைச் சேர்வதுதான்!

* * *

எந்த அடுப்படி ஒரு பெண்ணின் அடிமைத்தனத்தைக் குறிக்கும் வேர்ச் சொல்லாக விளங்கியதோ, அதே அடுப்படிதான் இன்று ஆண்களுக்குக் கூட வருமானம் ஈட்டித் தரும் கல்விக்கூடமாக மற்றும் தொழிற்கூடமாக உருமாற்றம் அடைந்திருக்கிறது.

இதற்குப் பெயரும் 'புரட்சி'தான்.

ஆனால், அதில் நாம் தற்சார்பை கொண்டு வராததால் அந்தப் புரட்சியை நல்ல விலைக்கு வாங்கிக் கொண்டன பெரு நிறுவனங்கள்!

* * *

சுதந்திரம் அடையாத ஒருவன் வெளிப்படுத்தும் வீரம் என்பது, வெளியிடப்படாத கவிதைக்கு ஒப்பானது!

* * *

நிகழ்காலத் தேவைகளை நீங்கள் கருத்தில் கொண்டால், எதிர்காலத் தேவைகள் உங்களின் கண் முன்னாலேயே அழிந்து போகும்!

* * *

மரணத்தை ஒரு கொள்கையாகக் கருதுபவனுக்கு என்றும் மரணமில்லை!

* * *

சினிமாவை அதிக விலை கொடுத்து காணும் உங்களால், சிறிய தொகை கொடுத்து ஒரு புத்தகத்தை வாங்கிப் படிக்க இயலவில்லை.

ஏனெனில், புத்தகம் உங்களிடம் கேள்வியை எழுப்புகிறது; நீங்கள் இத்தனை நாள் வைத்திருந்த கேள்விகளுக்கு அது பதிலையும் தருகிறது.

ஆனால், சினிமா உங்களுக்கு நீங்கள் இட்ட தூண்டிலையும் உங்களுள் தூண்டிவிடப்பட்ட பசியையும் தற்காலிகமாக சமன் செய்வதற்கு ஒரு மீனையே தருகிறது. அது சிறிய மீனா அல்லது, பெரிய மீனா என்பதில் எந்தவித உபயோகமும் இல்லை.

ஆம். புத்தகம் என்பது நிரந்தரம்; சினிமா என்பது தற்காலிகம்!

* * *

பிரம்மாண்டத்தை செவிகளின் மூலமே கண்கள் காண வேண்டும்.

அப்படி, காணாத வரையில் அந்தக் கண்களுக்கு பார்வை இருந்தும் பயனில்லை!

* * *

ஒருவரை குருட்டுத்தனமாக பின்பற்றுபவர்களுக்கு எதுக்கு வீணாக கண்கள்!

* * *

தமிழகம் போல் ஈழமும் ஒரு காலத்தில் சாதியப் பேதங்களுக்கு ஆட்பட்ட தேசமே. ஆனால், அங்கு எப்படி தமிழர்கள் அனைவரும் ஒன்றிணைந்து விடுதலை வேண்டி துவக்கு ஏந்தினார்கள்?

ஏனெனில், 'இனவுணர்வு' எனும் நெருப்பை தூக்கிப் பிடித்த தலைவனிடம் தன்னை சமர்ப்பணம் செய்ததால் அது சாத்தியமானது!

* * *

உருவான அநீதிகளை அகற்ற கால மாற்றமே போதுமானது.

ஆனால், கட்டமைக்கப்பட்ட அநீதிகளை அகற்ற அதிகாரமானது நிச்சயம் தேவை!

* * *

பரிசு என்பது, அப்பரிசை வழங்கியவனுக்கு மட்டுமே அப்பரிசைப் பெற்றவனை அடிமையாக்கும்.

ஆனால், இலவசம் என்பது, அந்த இலவசத்தைப் பெற்றவனை அவனுடைய தாய் நிலத்திற்கே அகதியாக்கும்!

* * *

சட்டம் என்பது இருட்டறையோ அல்லது, சிலந்தி வலையோ அல்ல. உண்மையில், அது செங்கோல்தான்.

ஆனால், அதைப் பிடித்திருப்பவன் நெடுஞ்செழியப் பாண்டியனா அல்லது, அவனிடம்தான் அதை நாம் ஒப்படைத்தோமா என்று நம்மை நாமே முதலில் கேள்வி கேட்டுக் கொள்வோம்!

* * *

நீங்கள் ஒருவருக்கு தரும் முக்கியத்துவம் என்பது, அவர் அங்கு இல்லாத போது கூட உங்கள் எதிரில் அவர் நிற்பதாய் நீங்கள் நினைத்துக் கொள்வது!

உங்களுக்கு ஒருவர் தரும் முக்கியத்துவம் என்பது, நீங்கள் இந்த உலகில் இல்லாத போது கூட நீங்கள் எங்கேனும் இருப்பதாய் அவர் நினைத்துக் கொள்வது!

* * *

தூண்டிலில் இரைக்குப் பதிலாக 'சுத்திகரிக்கப்பட்ட நீர் பை' கொண்டு மீன் பிடிக்கும் காட்சியை காணும் முன்னே மாண்டு போங்கள்!

* * *

"இறைவன் இருக்கிறானா? இல்லையா?" என்பது நீ மாண்ட பின்பு தெரிந்திடும்;

மாண்ட பின்பு தானே வாழ்க்கையில் மாண்டது அனைத்தும் விளங்கிடும்;

பதிலற்ற பல கேள்விகளுக்கு பதில் வேண்டி அலைந்தது புரிந்திடும்;

அலைந்து அலைந்து இறைவனை தொலைத்தது புலப்படும்;

புலம் நீங்கும் முன் இது புரிந்திட்டால் இறையே உனக்குள் அகப்படும்!

* * *

"அரசியல் தவிர்த்து எங்களுக்குள் நல்ல இணக்கம் இருக்கிறது" என்று உரைப்பவன் அரசியல் இலக்கணத்திற்கு இழுக்கு!

* * *

புத்தன், அமைதியைப் போதித்தான் என்று பலர் எண்ணுகின்றனர்.

ஆனால், உண்மையில் அவன் அமைதியாக இருந்தான்; அதுதான் போதனை!

* * *

ஓர் புதிய தத்துவத்தின் உயிரை அறிய நீங்கள் அதை பழைய தத்துவங்களோடு ஒப்பீடு செய்கிறீர்கள். ஆனால், தத்துவம் என்பதே பழைய தத்துவங்களோடு மாறுபட்டு உண்டாவதுதான்.

ஒருவேளை, ஒப்பீடு அளவைதான் அது கொண்டிருக்குமாயின் அது பழைய தத்துவங்களின் நகலாகத்தான் இருக்கும்!

* * *

மனிதனுக்கு கௌரவத்தை தோற்றுவிக்கும் இடமாகவும், அதேநேரம் சுய கௌரவத்தை அழிக்கும் இடமாகவும் பிராத்தனைக் கூடங்களே இருந்து வருகிறது!

* * *

மிகவும் சாதாரணமானவர்களுக்கு எந்தவித நிபந்தனையும் அற்று அதிகாரத்தை வழங்குங்கள்.

ஏனெனில், அன்றுதான் அதிகாரத்தின் முழுமையான வலிமையை நீங்கள் கண்கூடாக பார்க்க இயலும்!

* * *

இயற்கையின் சமநிலை பல நேரங்களில் அழிவிலேயே தங்கியிருக்கிறது.

ஆயினும், அத்தகைய ஆக்கம் மிகுந்த அழிவை புலிகளால் மட்டுமே வழங்க இயலும்!

* * *

எது உங்களை சலனமடையாமல் வைத்திருக்கிறதோ அதை நம்புங்கள்.

அதை மட்டுமே நம்புங்கள்!

* * *

ஈழத்தை அறிவாயா தம்பி?

அங்கு, வானத்தில் பறந்தபடியே பறவைகள் இட்ட எச்சங்களைக் காட்டிலும், வானத்தில் பறந்த சிங்களம் இட்ட குண்டுகள் அதிகம்!

* * *

கொடுங்கோன்மை வீசும் குண்டுகள் தலைகளில் விழுவதில்லை.

வயிற்றில்தான் விழுகிறது!

* * *

அதிகாரத்தின் மூலம் களைய வேண்டிய பேதங்களை மனதளவில் களையச் சொல்கிறீர்கள்.

ஆனால், மனதளவில் மட்டுமே ஏற்க வேண்டிய அதிகாரத்தை மட்டும் அதிகாரத்தின் மூலம் பெற்றுக் கொள்கிறீர்கள்!

* * *

உங்களுடைய ஆழ்மனதை தொடக்கூடிய காட்சியைக் கண்டு அனுபவிக்கும் போது அதற்கான பிண்ணனி இசையை உங்களுடைய மனதை இசைக்க விடாது எவரோ ஒருவர் இசைத்த இசை ஒலிக்க அதற்கு நீங்கள் இசைந்து கொடுப்பதே 'புனைவு' ஆகும்!

* * *

சமூக நீதியின் மூலமாக 'புனிதம்'தான் உள்ளதே தவிர மற்ற அரசியல் தலைவர்கள் சொல்லும் படி வேறு காரணங்கள் ஏதுமில்லை. புனிதத்தில் பாலினப் பேதம் அற்றுப் போனால் சமூக நீதி தானாகவே கிடைக்கும்.

ஆனால், இதற்கு அரசியல் தலைவர்கள் தங்களை முதலில் உட்படுத்த வேண்டும்; கூலியற்று மக்களும் அதைக் கண்காணிக்க வேண்டும்!

* * *

அறிக்கையில் தாரை தாரையாக செந்நீர் விடுவதைக் காட்டிலும், நிலத்தில் ஒரு சொட்டு கண்ணீர் சிந்துவதே உண்மையான பரிவு!

* * *

வாய்ப்பு என்பது மிகவும் நேர்மையானது.

ஆகையால், வாய்ப்பு உங்களைத் தேடி வரும் போது நீங்கள் முகமூடி அணிந்திருந்தால் அது அடையாளம் தெரியாமல் உங்களைக் கடந்துச் சென்று விடும்!

* * *

உங்களுடைய வீடு இடிக்கப்படுகிறது.

அப்போதும் கூட உங்களுடைய வீட்டின் மீது கவலை கொள்ளாமல் கொள்ளைப்புரத்தில் வைக்கப்பட்டிருக்கும் செடியின் மீது இரக்கம் கொள்வதும், வீட்டின் உள்ளே மாட்டப்பட்டிருக்கும் உங்களுடைய தலைவர் படத்தின் மீது அக்கறை கொள்வதும், நீங்கள் தவறாக வழிநடத்தப்படுகிறீர்கள் என்பதற்கான அர்த்தம் ஆகும்.

அதோடு, அந்தத் தேசத்தில் நல்லத் தலைமையும் இல்லை; நல்லப் புலவனும் இல்லை!

* * *

மகிழ்ச்சியை ஒழித்து விடாத அறிவியல் கண்டுபிடிப்புகள் மட்டுமே அங்கீகரிக்கப்பட வேண்டும்!

* * *

புகைப்படங்கள் ஆழமாக இல்லாமல் அழகாய் மட்டுமே இருக்கும் வரையில் அந்தப் புகைப்படத்தில் இருப்பவர்களால் எந்தப் பயனுமில்லை.

அதோடு, அதை வைத்திருப்பவர்களாலும் எந்தப் பயனுமில்லை!

* * *

'நவீனத் தீண்டாமை' என்பது நாம் உயரும் போது அற்றுப் போகிறது.

உயர்த்தப்படும் போது உறவாடுகிறது!

* * *

<u>மருதிருவர்!</u>

பெரும் புகழுடையோர்.

பெயர் வைத்தார்க்கே புகழை தானாய் கொடையோர்.

அறம் சொல்லி வருவோர்க்கு பெரும் படையோர்.

தமிழ் நிலம் நலம் தாங்க தமிழர் தந்த நெறியோர்.

நேருக்கு நேர் நையப்புடைத்த அகம் உடையோர்!

சிங்கத்தின் அங்கம் போல் அங்குலம் மிக்க வார்த்தைகள்.

விரையும் புரவியில் இருந்த படியே வளரி எறிந்திட வீழ்ந்திடும் பகைமையின் தலைகள்!

இடக்கை மடக்கி ஓங்கி அடித்திட சிதறிடும் தாடை.

பிரகடனத்தை வலக்கை உயர்த்திட அலறியது தமிழர்களின் அகத்தில் குடிகொண்டிருந்த பரங்கியன் எனும் பீடை!

பெரு விரலாலே நாணயத்தை வளைக்கும் சக்தியினராம்.

பெரும் படை வந்திடினும் சிறிதும் கோணம் வளையாத நாணயத்தை உடையவராம்!

* * *

கல்வி இல்லாத இருப்பிடத்தில் மக்களின் இருப்பிடம் துளியும் தங்காது!

* * *

ஒரு நேர்மையற்ற ஆட்சியாளனைப் பொறுத்தவரையில் தனக்கு எதிராக ஒருவர் கேள்வி எழுப்பினால் அதற்குப் பெயர் 'பொய்'!

ஒட்டுமொத்த நாடே கேள்வி எழுப்பினால் அதற்குப் பெயர் 'அவதூறு'!

***

'எதையெல்லாம் நீங்கள் உருவாக்கினீர்கள்? அல்லது, எதையெல்லாம் நீங்கள் உருவாக்கவில்லை?' என்பது 'சிந்தனை' அல்ல;

எதையுமே நீங்கள் உருவாக்கவில்லை என்பதுதான் 'சிந்தனை'!

***

தகப்பன் செய்த பாவம் அவருடைய பிள்ளைகளைச் சேரும் என்பது மூடநம்பிக்கை அல்ல.

அது, தன் தலைமையை தவறாகத் தேர்ந்தெடுப்பதில் உண்மையாகி விடுகிறது!

***

நீங்கள் ஏற்றுக்கொண்ட கொள்கைக்கு உட்பட்டு வாழுங்கள்.

ஆனால், அதையும் தாண்டி செயல்படுங்கள்!

***

குற்றத்தை ஒப்புக் கொள்பவனின் மீதே இங்கு காலங்காலமாக 'நேர்மையாளன்' என்ற பட்டம் வழங்கப்பட்டுக் கொண்டிருக்கிறது.

அது, குற்றங்களை அதிகரிக்கச் செய்யுமே அன்றி, துளியும் குறைக்காது!

***

தோலற்ற நில வளங்கள் மனித இனத்திற்கு சவக்குழியாகும்!

* * *

முயற்சிக்கு எந்தவித அளவுகோலும் கிடையாது.

இதை ஏற்றுக் கொண்டால் மட்டுமே நிச்சயிக்கப்பட்ட வெற்றியை உங்களால் அடைய இயலும்!

* * *

முன்னாள் ஆட்சியாளர்கள் அவர்களுடைய ஆட்சிக் காலத்தில் செய்த படுகொலைகளை அந்தந்த நாட்களில் வருடந்தோறும் நினைவு கூறுவதன் மூலம் நீங்கள் திருந்தி விட்டீர்கள் என்று பொருள் கொள்ள முடியாது.

அப்படி நீங்கள் திருந்தி விட்டீர்கள் என்றால், அந்தப் படுகொலைகளின் ஏதோவொரு நினைவு நாளில் அவர்களுடைய ஆட்சிக்கும் நினைவு தினம் வந்திருக்க வேண்டும்!

* * *

அவர்கள் புரட்சியாளர்களாகவே இருக்கட்டும்.

ஆனால், உன் தாய் தேசத்தின் புரட்சியாளர்களின் புழுக்கம் உன் உடலையும் உன் உடையையும் தழுவிச் சென்ற பின்னர், மற்ற தேசத்தின் புரட்சியாளர்களுக்கு உன்னையையும் உன் உடையையும் தழுவ அனுமதி கொடு!

* * *

மனிதனுக்கு ஆசைகள் இருக்கும் வரையில் இவ்வுலகில் ஆருடம் வாழ்ந்து கொண்டேதான் இருக்கும்!

* * *

உங்களுடைய முன்னோர்களின் கர அரவணைப்பில் வாழ இயலாவிட்டாலும் பரவாயில்லை.

அவர்களுடைய தத்துவங்களின் அரவணைப்பிலாவது வாழுங்கள்!

* * *

உயிருக்கு ஆபத்து நேரும் போது மட்டுமே ஒருவருடைய உடலுறுப்புகள் மற்றவரின் உடலுக்கு பொருத்தப்படும்.

ஆம். அத்தகைய சூழ்நிலையில்தான் ஒரு நிலத்தின் வளங்கள் மற்றொரு நிலத்திற்கு கொண்டு செல்லப்பட வேண்டும்!

* * *

உங்களால் எதுவும் செய்ய இயலாவிட்டாலும் பரவாயில்லை; உங்களுடைய ஞாபகங்களை மட்டும் கடத்திக் கொண்டே இருங்கள்.

அது, என்றாவது ஒருநாள் ஒரு தலைமுறைக்கு இன வலியை உண்டாக்கும். அப்போது, மிகப்பெரிய புரட்சி வெடிக்கும். அதில் துரோகங்கள் நிச்சயமாக இடம் பெறாது; ஆதலால், சூழ்ச்சி கொண்டும் அப்போர் நிகழாது!

* * *

இரசிக மனப்பான்மை என்பது, பிம்பத்தை வைத்து உண்மையை வரைய முயல்வது!

* * *

பிறருக்கு சொத்தாக தெரியும் ஒன்று உனக்கு கனவாக தெரிவதில் எந்தப் பிரச்சனையும் இல்லை.

ஆனால், அந்தக் கனவு நிறைவேறிய பின்னர் இத்தனை நாள் உனக்கு கனவாக இருந்தவொன்று சொத்தாக மாறும் போதே பிரச்சனை!

* * *

ஒரு போரின் விளைவு உங்களை கற்காலத்திற்கு அழைத்துச் செல்லும்!

* * *

வரிகளை விட பாடல்கள் வாழுமானால் அதைச் சுமப்பது ஓர் அறிவார்ந்தச் சமூகமே அல்ல!

* * *

தன் மக்களுக்கு சிறிதும் தீங்கு ஏற்படாது வகையில் போராடும் ஓர் புரட்சியாளனை அந்த மக்களை ஆளுகின்ற அரசானது விட்டு வைக்காது!

* * *

ஒரு கொடுங்கோன்மையின் பழிவாங்கும் நடவடிக்கை என்பது இனப்படுகொலையாகவே இருக்கும்!

* * *

இரண்டு நீதிகளால் நனைக்கப்பட்டிருக்கும் நிலத்தில் விளையும் பூக்கள் கூட தன் நறுமணத்தை காற்றில் உறவாட விடாது தன்னுள்ளே பொதித்து மாய்ந்து போகும்!

* * *

எப்படி, அனைத்து நாடுகளுக்கும் சுற்றித் திரிந்து விட்டு இறுதியாக ஓய்வெடுக்க நம்முடைய சொந்த வீட்டிற்குச் செல்கிறோமோ, அதுபோலவே நம்முடைய மரபானது 'ஆதி திரும்புதல்' பொருட்டு கட்டமைக்கப்பட்டது!

* * *

பெரிய கப்பலில் உள்ள ஓட்டையின் அளவு சிறியது என்ற காரணத்தால் அந்தக் கப்பலில் ஏறி நீங்கள் தைரியமாக பயணம் செய்வீர்களா? அல்லது, பயணம் செய்யத்தான் முடியுமா?

ஆம். பிழையான ஒன்றை நீங்கள் ஊக்கப்படுத்தலாம். ஆனால், கொண்டாட முடியாது மற்றும் கூடாது!

***

ஊனமற்ற பேரன்பு கொள்ள வேண்டுமானால் உன் பகுத்தறிவுக்கு சற்று திரையிடு!

***

நீங்கள் காம்பற்ற பூக்களைத் தேர்ந்தெடுத்து அதைச் செடியிலிருந்து பறித்து தூக்கி எறியும் நேரத்தில், காம்புள்ள பூக்களைக் கொண்டு ஒரு மாலையே கட்டி விடலாம்.

ஆம். மொழி கொண்டு ஒரு தேசியம் அமைக்கப்பட்டால் தேவையற்றது உதிரும் அல்லது, தானாய் பயனற்றுப் போகும்!

***

ஒரு குறிப்பிட்ட இடத்தை தக்க வைப்பதற்காக நீங்கள் எழுதினால், உங்களுடைய எழுத்தே உங்களை ஒருக்கட்டத்தில் நிர்வாணப்படுத்தி விடும்.

ஆகையால், ஒரு குறிப்பிட்ட கொள்கையை ஏற்று எழுதுங்கள்!

***

எந்தவித தவமும் புரியாமல் மனிதனுக்கு இறைவன் அளித்த ஒரே வரம் மரம்தான்!

***

நாம் சந்திக்கும் மனிதர்கள்தான் நம் வாழ்க்கையின் எதிர்பார்ப்பை தீர்மானம் செய்கிறார்கள்!

* * *

இங்கு நவீன தெய்வங்களாக பேய்களே அரசாளுகின்றன.

ஆயினும், அது வேடிக்கையில்லை; பேய்கள் என்று தெரிந்திருந்தும் பக்தர்களாக மக்கள் இருப்பதே வேடிக்கை!

* * *

இறைவனே ஆயினும் தன் மனைவியை சமாதானப்படுத்துதல் என்பது ஒரு கணவனின் அடிப்படை பணி!

* * *

உண்மையில், தமிழ்நாடு எப்போதோ உருவாகி விட்டது.

ஆனால், 'தமிழ்நாடு' என்ற சொல் ஒன்றாக இருப்பது போல் அதன் அர்த்தம் ஒன்றாக இல்லை!

* * *

ஒரு மாநிலம் தனி கட்டமைப்பாக இருக்குமானால் அதற்கு உரிய பங்கு கிடைத்திருக்க வேண்டும்!

ஒரு மாநிலம் ஒரு கட்டமைப்பின் அங்கமாக இருக்குமானால் அதற்கு உரிய பங்கீடு கிடைத்துக் கொண்டே இருக்க வேண்டும்!

* * *

உங்களுடைய நினைவுகளை மக்கள் சுமக்கும் அளவிற்கு கூட நீங்கள் வாழத் தேவையில்லை.

ஒரேயொரு பாவலன் சுமக்கும் அளவிற்கு வாழ்ந்தால் கூட போதும்!

* * *

மலையே எரிந்து கொண்டிருக்கும் போது அந்த அனலானது அடிவாரத்தில் வசித்துக் கொண்டிருக்கும் மனிதர்களின் நாசிக்குள் நுழையாமல் எங்கோ ஓர் மூலையில் வாழ்ந்து கொண்டிருக்கும் உங்களுடைய நாசிக்குள் முதலில் நுழைந்தால்,

ஆம். நீங்கள் புரட்சிப் பாவலராக மாறி விட்டீர்கள்!

* * *

இருவரும் மிக நெருக்கமாகத்தான் அமர்ந்திருக்கிறார்கள்.

ஆனால், அவர்களுடைய தோள்கள்தான் மிக தொலைவில் இருக்கிறது!

* * *

ஒரு மனிதனின் அர்த்தமுள்ள வேண்டுதல் ஒருவேளை நிறைவேற்றப்பட்டால் அது இன்னொரு மனிதனுக்கு அர்த்தமற்றதாகக் கூட முடியலாம்.

இந்த இடத்தில் மனிதனின் இருப்பு கேள்விக்கு உள்ளானால் அது 'பகுத்தறிவு'; கடவுளின் இருப்பு கேள்விக்கு உள்ளானால் அது 'மூட நம்பிக்கை'!

* * *

எந்தவொரு பிரச்சனையாக இருந்தாலும் அதை காலத்திடம் நாம் விட்டுவிட வேண்டும்.

ஆனால், காலங்காலமாக காலம் நம்மை கைவிட்டப் பிறகே காலத்திடம் அப்பிரச்சனைகளை நாம் ஒப்படைக்கிறோம்!

∗ ∗ ∗

விலங்குகள், மீறாமல் இருப்பதையே மனிதன் தான் விலங்குகளை கட்டுப்படுத்தி விட்டதாக நினைத்துக் கொள்கிறான்!

∗ ∗ ∗

மனித இனத்தை அழிக்க இயற்கை எந்த விதமான குறுக்கு வழியையும் கையாளுவதில்லை!

∗ ∗ ∗

தன்னைப் பற்றிய கேலியை வியாபாரம் செய்யத் தெரிந்த ஒருவனிடம்தான் மக்கள் எப்போதும் தன்னம்பிக்கையை கற்றுக் கொள்ள துடிக்கின்றனர்.

இதைவிட முட்டாள்தனம் வேறென்ன இருக்கப் போகிறது!

∗ ∗ ∗

எல்லா மத புராணங்களிலும் ஒரு புதிர் உண்டு.

ஆனால், மனிதன் அந்தப் புராண கதைகளின் ஊடாகத்தான் விடையை அறிகிறானே அன்றி, புதிர் ஊடாக விடையை அறிவதில்லை!

∗ ∗ ∗

காமம் தொலையும் இடத்தில் ஏதோவொன்று நிச்சயமாக பிறந்தே தீரும்.

அதை முடிந்தளவு ஆக்கப்பூர்வமான ஒன்றாக இவ்வுலகின் மீது செலுத்துங்கள்!

* * *

தனக்கும் மேலாக உள்ள ஓர் சக்தியை அறியாத ஒவ்வொருவரும் ஆதரவற்றோர்தான்!

* * *

ஆதரவின் அடர்த்திக்கும், உண்மையின் அடர்த்திக்கும் துளியும் சம்பந்தமில்லை.

ஏனெனில், இன்றைய போராளிகள் மட்டுமல்ல, தெய்வங்கள் கூட அன்றைய மக்களால் கைவிடப்பட்டவர்களே!

* * *

போலியாக உழைப்பதற்கு சோம்பேறியாக இருப்பது எவ்வளவோ மேலானது!

* * *

முற்போக்கின் மூக்கு துண்டிக்கப்பட்டது அன்று.

அதை, தமிழ்த்தேசியம் செவ்வனே இணைக்கிறது இன்று!

* * *

இந்தப் பிரபஞ்சம் எந்தவொரு இரகசியத்தையும் கொண்டிருக்கவில்லை.

அதையும் மீறி இரகசியம் இருக்கென்று நீங்கள் நம்பினால் அது ஆருடத்தில் சென்றுதான் முடிவடையும்!

* * *

மிஞ்சிய உண்மையை அலங்கரிக்கும் பொருளுக்குப் பெயரே 'மானம்'!

* * *

'கணிப்பு' என்பது படித்தவர்களின் பட்டத்தை விழுங்கும் ஓர் புதைகுழி.

ஏனெனில், கணிப்பில் அடையும் வெற்றியும் தோல்வியும் அவர்களுக்குச் சொந்தமானது அல்ல!

* * *

ஓர் தேசத்தின் மக்களுக்கு எந்த விதமான பக்க விளைவுகளற்ற ஊக்க மருந்தை அந்தத் தேசத்திற்குரிய படைப்பாளிகளால் மட்டுமே வழங்க இயலும்!

* * *

காலையில், சூரியனின் கதிர்களை அனுபவித்து விட்டு, மாலையில் சூரியன் இன்றி தனிமையில் வாடியவனின் இதயத்திலிருந்தே சூரியனையும் மிஞ்சிய ஒளி பிறக்கிறது!

* * *

எந்தவொரு பறவையின் சிறகுகளும் அதனுடைய பறவையை அநாதையாக தவிக்க விட்டு தனியாகப் பறப்பதில்லை!

* * *

ஒருவரின், நேர் கொண்ட பார்வையை அவரின் முதுகுக்கு பின்னால் இருப்பவர்கள் கண்டு கொள்ள வாய்ப்பில்லை!

* * *

அமர்ந்து இளைத்த உடலும், நாடோடியாய் அலைந்து திரியும் மனமும் மட்டுமே வல்லமை மிக்க ஓர் படைப்பை தர வல்லது!

* * *

எளிய வழிபாட்டு முறையே வரவேற்கத்தக்கது.

அதற்குக் காரணமான தெய்வங்களும் போற்றத்தக்கது!

* * *

மனிதனுக்காக, அவனுடைய உடலுறுப்புகள் உழைக்கவே விரும்புகின்றது.

ஆனால், மனிதன்தான் தன்னோடு தன்னுடைய உடலுறுப்புகளை போராட வைத்து விடுகிறான்!

* * *

மனிதன், கூட்டமாக இருக்கும் போது ஆறாம் அறிவை மறந்து விடுகிறான்!

மனிதன், தனியாக இருக்கும் போது ஆறு அறிவையும் மறந்து விடுகிறான்!

* * *

நீ உன்னுடைய பிணத்திற்கு பேசும் ஆற்றலை மட்டும் கொடு.

மக்கள் அதற்கு மூச்சுக் காற்றை கொடுப்பார்கள்!

* * *

வற்புறுத்தல் வினையினுடைய வெற்றிக்குப் பெயரே 'துரோகம்'!

* * *

ஒருவர் உயிரோடு இருக்கும் போதே அவரைப் பற்றி வசைபாடி அவர் உயிருக்கு தீ மூட்டியவர்கள்தான், அவருயிர் அவருடலை கடந்த பிறகு அவருடைய பிணத்தை புகழூட்டி பதப்படுத்துகின்றனர்!

* * *

காதல் மற்றும் காமத்தை பாவலர்களிடம் அல்லாது, காதலர்களிடம் விட்டு விடுவதே சாலச் சிறந்தது!

* * *

'இறைவனிடம் எப்படி பிராத்தனை செய்ய வேண்டும்?' என்று ஒருவருக்கு சொல்லிக் கொடுக்காதீர்கள்.

அது, இறைவனுக்குப் பிடிக்கவே பிடிக்காது!

* * *

மரத்திற்கு மட்டும் நகரும் சக்தி இருந்திருந்தால், மானுடமே உன் நிலையை சற்று சிந்தித்துப் பார்!

* * *

ஓர் அர்த்தமற்ற நாத்திகனுக்கு மிகப்பெரிய அச்சுறுத்தல் என்பதே இறைவனைப் பற்றிய வதந்திகள்தான்!

* * *

இங்கு, ஒரு மனிதனுக்கு அவன் வாழ்வை அடைவதற்கு கூட வெற்றி தேவைப்படுவதில்லை.

விருப்பத்தை அடைவதற்குத்தான் முக்கியமாக வெற்றி தேவைப்படுகிறது!

* * *

மனிதன் வாழாத இடங்களில் இயற்கைக்கு மூச்சு முட்டுவதில்லை!

* * *

'நிகர்' என்பது சமூகநீதியை அடையத் துடிக்கின்ற மனிதனின் மனநிலை!

'சமம்' என்பது மனிதன் அடையத் துடிக்கின்றன சமூகநீதியின் மனநிலை!

* * *

விசுவாசம் என்பது, உங்களுக்குப் பிடித்தவர்களின் அறத்தை காப்பது அல்ல.

அறத்தின் மூலமாக உங்களுக்குப் பிடித்தவர்களை காப்பது!

* * *

மனதிற்கு நெருக்கமானவர்களின் நினைவுகளை மூளையில் வையுங்கள்!

* * *

'ஒரு சாமானியன் இழந்ததை மீண்டும் உங்களால் திருப்பித் தரவே முடியாது' என்ற உண்மையை நீங்கள் அறிந்துள்ளீர்கள்; அதில், எனக்கு ஆச்சரியமில்லை.

ஆனால், 'அந்த மனிதன் இழந்தது எதை?' என்று நீங்கள் துளியும் அறிய முற்படுவதே இல்லை; அதுதான், எனக்கு ஆச்சரியமாக உள்ளது!

* * *

அவரவர் கற்பை அவரவர் காப்பாற்றிக் கொள்ளும் காலம் உருவாகும் என்று நினைத்தேன்.

ஆனால், ஒருவருக்கொருவர் பங்கீடு முறையில் தங்களுடைய கற்பை காப்பாற்றிக் கொள்ளும் காலம் நடந்து கொண்டிருக்கிறது!

* * *

சகிப்புத்தன்மை என்பது அன்பின் நேரடி விளை பொருளாகவும், தியாகம் என்பது பிறர் நலனின் மூலப்பொருளாகவும் இருந்தென்றால் பேரன்பால் இவ்வுலகம் ஆளப்படும்.

ஆம். மயிர் மழிக்கப்படாத முகத்தோடு ஒரு தந்தை தன் குழந்தையை தூக்கி முத்தமிட்ட பிறகு மேற்சொன்ன இரண்டும் இருவருக்கிடையில் வெளிப்படும்!

* * *

தியானம் ஏன் பொய்த்துப் போகிறது?

ஏனெனில், நாம் இயற்கைக்குள் உடன்படுவதை விடுத்து இயற்கையோடு உடன்படவே தியானம் புரிகிறோம்!

* * *

உங்களுடைய எதிரியின் வெற்றியின் அடர்த்தியைக் கூட நீங்கள் யுத்தத்தில் கலந்து கொள்வதன் மூலமாக குறைத்து விட இயலும்!

* * *

உங்களுடைய அடையாளச் சிதைவை நீங்களே செய்து கொண்ட பிறகு, பல போராளிகள் ஒன்றிணைந்து பெற்றுத் தரும் சுதந்திரத்தில் நீங்கள் எதை அனுபவித்து விடப் போகிறீர்கள்?

* * *

தெய்வ நம்பிக்கையை உண்மையாக்குவது தெய்வங்கள் அல்ல.

மனிதர்கள்தான்!

* * *

உனக்கோ அல்லது, உன்னாலோ 'தேவை' என்ற சொல் இருக்கும் வரையில் நீ உயிர் வாழ்ந்துதான் ஆக வேண்டும்!

* * *

ஒரு பிணம் மண்ணுள் புதைக்கப்படுவதற்குள் எத்தனை முறை தோண்டி எடுக்கப்படுகிறது இந்த கேடுகெட்ட சில மனிதர்களால்!

* * *

அமைதியாய் இருப்பதால் நாம் மட்டுமல்ல, நம்மால் பிறரும் மகிழ்ச்சி அடைகின்றனர்.

ஆம். புத்தகங்களைப் பாருங்கள் உதாரணத்திற்கு!

* * *

பார்வையற்ற ஒரு மனிதனை உங்களுடைய அழகின் மூலமாக ஈர்க்க இயலாது; அதேபோல், கேட்கும் திறனற்ற ஒரு மனிதனை உங்களுடைய பேச்சின் மூலமாக ஈர்க்க இயலாது.

இப்படி, பல தனித்திறன் கொண்ட மனிதர்களை சந்தித்து இறுதியாக உங்களிடம் எது மிஞ்சி இவர்கள் அனைவரையும் ஈர்க்கிறதோ அதுதான் நீங்கள்!

* * *

ஆயுதவழிப் போராட்டத்தில் பங்கு பெறும் ஆயுதங்கள் உண்மையை தாங்கியிருந்தால் அதைவிட கூரான ஆயுதங்கள் இவ்வுலகில் எதுவுமில்லை!

* * *

ஒரு இனத்தின் வரலாறுகள் வெறும் நினைவுகளாக மட்டுமே இருப்பதென்பது அந்த இனம் அழியப் போவதற்கான முன்னோட்டம் ஆகும்!

* * *

இவ்வுலகில் எல்லோருக்கும் மனசாட்சி உண்டு.

அந்த மனசாட்சியை தட்டி எழுப்புவதற்கு நீங்கள் தியாகம் செய்யத் துணிந்தாலே போதும்; தியாகம் கூட செய்யத் தேவையில்லை!

* * *

ஒரு கதையானது பரிதாபமானதாக இருக்கலாம்.

ஆனால், அந்தக் கதையை தாங்கியுள்ள எழுத்துக்களின் மீது என்றும் பரிதாபம் தோன்றவேக் கூடாது.

* * *

மரணத்தின் கதவை தனியாகச் சென்று தட்டினால் "மூடர்" என்று கூறும் இந்தச் சமுதாயம்தான், சமுதாயமாகச் சென்று தட்டும் போது அதை ஏற்றுக் கொள்கிறது!

* * *

'ஒரு மனிதன் தன் குரல்வளையை வார்த்தைகளை சேமித்து வைக்கும் இடமாக பயன்படுத்தக் கூடாது' என்ற பொது வரத்தை இறைவன் அருள வேண்டும்.

ஏனெனில், குரல்வளையின் சுதந்திரம் மட்டுமே ஒரு மனிதனை நல்லவன், தீயவன் என்று முழுமையாக அடையாளப்படுத்தும்!

* * *

ஒரு குழந்தையின் மகிழ்ச்சியான முகபாவனைக்கு காரணமான நமது அசைவுகள் ஒவ்வொன்றும் அமரத்துவம் பெற்றது!

* * *

உங்களுக்கு மட்டுமே தெரிந்த தடைகளை உலகிற்கும் தெரியப்படுத்துங்கள்!

* * *

உங்களுடைய பிரச்சனைகளுக்கு அக்கணமே முடிவு காண விரும்பினால் அதை எதிர்த்து நில்லுங்கள்.

ஏனெனில், பிரச்சனைகள் என்பது அம்புகள் அல்ல; நீங்கள் நகன்று விட்டால் உங்களை தீண்டாமல் அது கடந்து சென்றுவிட!

* * *

ஒரு தனிநபரின் அம்மணத்தை மறைக்கக் கூட இங்கு பல கரங்கள் ஒன்றிணைய வேண்டி இருக்கிறது!

* * *

தெய்வம் தானாய் அடைத்த வழிகளை இயற்கை முன்வந்து திறக்கும்.

ஆனால், இயற்கை முன்வந்து அடைத்த வழிகளை தெய்வங்கள் என்றும் திறக்காது!

* * *

உனக்கென்று ஒரு சட்டத்தை நீ உருவாக்கிக் கொள்ளலாம். ஆனால், அதில் உன்னைச் சுற்றிய சமூகத்தின் மூச்சு படாமல் இருக்க வேண்டும்.

அதுதான், உனக்கு நல்லது!

* * *

நீங்கள் உங்களுடைய எதிர்பார்ப்புகளை நோக்கி ஓடும் போதெல்லாம் உங்களுக்கான வரங்களை இழக்கிறீர்கள்!

* * *

நீங்கள் எந்தெந்த இயற்கையின் சூழலில் மனநிம்மதி கொள்கிறீர்களோ, அங்கெல்லாம் மாசு இல்லை என்று பொருள்!

* * *

'புதையல்கள், மானுட சமூகத்தையே அடியோடு வெறுக்கிறது' என்ற உண்மையை மானுடம் அறிந்து கொள்ளும் போது மானுடத்தின் ஆசைகள் அனைத்தும் அக்கணமே நிறைவேறி விடும்!

* * *

"இப்போது அவர் இருந்திருக்க வேண்டும்" என்று நீங்கள் கூறுவதில் உங்களுடைய கோழைத்தனம் வெளிப்படுகிறது!

* * *

உதிரக்கூடிய ஒன்றை நீ உன் உடலுக்குள் திணித்தால் அதுவே நஞ்சாக மாறி உன்னைக் கொன்று விடும்.

அதுபோலவே, உலகத்தால் கட்டமைக்கப்பட்ட விடயங்களை உனக்குள் கொண்டு சென்றால் உன் வாழ்வே நஞ்சு கலந்த உன் உடல் கொண்டே ஆளப்படும்!

* * *

ஓர் மனிதனுக்கான முதல் வாய்ப்பு என்பது வாழ்ந்த வாழ்விற்காக இறைவன் தரும் வரமாகும்.

அதைவிட்டால், அடுத்தடுத்த வாய்ப்புகள் அனைத்திற்கும் மனிதன் தவம் புரிய வேண்டி வரும்!

* * *

புரட்சியாளர்களின் தொப்புள்கொடி மட்டும் அறுபடுவதே இல்லை.

ஏனெனில், அது தாயிடம் வேர் விடாது தாய் மண்ணிடம் வேர் விட்டு நிற்கும்!

* * *

நீ தாங்கிய ஆயுதத்தாலே மரணப்படுக்கை வரை சென்று மீண்டு வந்து உன்னுடைய ஆயுதத்தை நீ துறந்தால் இத்தனை நாள் நீ செய்தது அறமற்ற ஆயுத வழிப் போராட்டம்.

அதேநேரத்தில், மரணப்படுக்கையில் இருந்து மீண்டு வந்து அதை விட வலிமை மிக்க ஆயுதத்தை நீ ஏந்தினால் இத்தனை நாள் நீ செய்தது அறமான ஆயுத வழிப் போராட்டம்!

* * *

ஒரு விலைமாதரை, விலைமாதராக அல்லாது ஒரு பெண்ணாக அணுகிப் பார்த்தால் அவருடைய அந்த நிலைக்கு நீங்களும் ஓர் காரணம் என்பதை உணர்ந்து கொள்வீர்கள்!

* * *

ஒரு தாய் எத்தனை குழந்தைகளை வேண்டுமானாலும் ஈன்றெடுக்கலாம். ஆனால், பல தாய்மார்கள் இணைந்து ஒரு குழந்தையை ஈன்றெடுக்க இயலாது.

ஆகவே, பல தாய்மொழிகளின் ஒன்றிணைப்பில் உருவான அதிகாரம் என்பது முற்றிலும் போலி!

* * *

எந்தவொரு பண்பாடு மிகுந்த வசனங்களும் தனது இடைச்செருகில் அவதூறை கொண்டிருக்கும்.

அதை மட்டுமே ஒருவருடைய குணாதிசயமாக பார்ப்பதென்பது தூய இல்லறத்தில் பிணைந்துள்ள காமத்தை மட்டுமே உற்று நோக்குவதற்குச் சமமாகும்!

***

ஒருவர் உங்கள் மீது தனிப்பட்ட முறையில் கொண்டுள்ள புரிதல் தன்மையையோ அல்லது, புரிதலற்ற தன்மையையோ வெளியில் பகிரங்கப்படுத்துவது மிகப்பெரிய குற்றம்!

***

இயற்கையின் நாக்கிற்கு மட்டும் எலும்புகள் உண்டு!

***

தற்போதைய சூழ்நிலையில் தற்போது இருக்கும் பாவலர்களுக்கும் எழுத்தாளர்களுக்கும் இரசனை என்பது தேவையற்றது.

காணும் காட்சிகளை பதிவு செய்வதும், நிரபராதிகள் மற்றும் குற்றவாளிகளின் ஒப்புதல் வாக்குமூலங்களை ஆவணம் செய்வதுமே போதுமானது!

***

பூங்கொத்துகள் நறுமணத்தை தரலாம்.

அது, ஒரு விதமான வாசனை கொண்ட நோயாளியின் மீதான பிறரின் முகபாவனையை மாற்ற வல்லது!

புத்தகங்கள் நறுமணத்தை தராது.

ஆனால் அது, நோயாளிகளுக்கும் அவரை காண வந்திருப்பவர்களுக்கும் இடையில் ஒரு விதமான நறுமணத்தை ஏற்படுத்த வல்லது!

* * *

நட்பு உடைந்து விடும் என்ற காரணத்தினால் நீங்கள் உங்கள் நண்பனிடம் எழுப்பாமல் வைத்திருக்கும் கேள்விகள்தான் உங்களுடைய மண்ணில் சமூகநீதியை எழுப்ப வல்லமை பெற்றது ஆகும்!

* * *

நிர்வாணமான உடலைக் கண்டு சலனம் அடையாத போதும், நிர்வாணமான உயிரைக் கண்டு கோபம் கொள்கிற போதும் நீங்கள் பிறருக்கு அறிவுரை கூறுவதற்கான தகுதியை பெறுகிறீர்கள்!

* * *

முறையாக தமிழ் கற்றவனின் திருவடிகளில் ஆயிரம் கோவில்கள் உறைந்திருக்கும்!

* * *

வேர் பட்டுப் போனால் அந்தச் செடியில் பூத்திருக்கும் மற்றும் இனி பூக்கவிருக்கும் பூக்களின் கதி என்ன?

ஆகையால், தலைமைப் பண்பு இல்லாத தலைகள் நடத்தும் போர் தேவையற்றது. தகுதி படைத்த மக்களே முன்வந்து போரை நடத்தினால் நடத்தட்டும்!

* * *

பேறிஞர்களின் 'அரசியல் நிலைப்பாடு மூடத்தனம்' அறிவீர்களா?

இரவை காட்டினேன்; 'இருளில் இரவு தெரியவில்லை' என்றார்கள்!

* * *

புதுவை. இரத்தினதுரை!

தமிழிறைவன் தன் கரங்களில் ஏந்திய 'எழுதுகோல்'.

தமிழீழம் தன் தலைவன் கரங்களில் அளித்த 'செங்கோல்'.

எண்ணிக்கையில் அல்லாது, எண்ணத்தில் பா வடித்த புலமையின் 'அளவுகோல்'.

வாய் வந்தபடி துதி பாடுபவர்கள் பலர் இருக்கையில், நோயில் நொந்தவரை தேற்ற கவி பாடிய எம் 'புதுவை. இரத்தினதுரை'!

* * *

மனிதர்களின் எந்தவொரு வேண்டுதல் பட்டியலிலும் இறைவன் இருப்பதில்லை.

உண்மையில், இறைவனை மட்டுமே வேண்டிச் செல்லும் ஒரு பக்தனுக்கு பட்டியலே அவசியமற்றது!

* * *

சுதந்திர வேட்கை கொண்ட பூமியில் உருவான இலக்கியங்கள் அனைத்தும் எந்தவொரு தேசத்தின் அடிமை நிலையையும் உடைத்தெறியும் தன்மை கொண்ட ஏவுகணைகள்!

* * *

என்னதான் விடாமுயற்சியின் பெயரால் நீங்கள் என்ன செய்தாலும், புவியீர்ப்பு விசைக்கு எதிரான உங்களுடைய தொழில் போராட்டம் என்றும் கரையை அடையவே அடையாது!

* * *

கடலின் தேவை இல்லாத போது இலட்சம் வீரர்கள் அடங்கிய இராணுவக் கப்பலில் பயணம் செய்வதில் பாதுகாப்பின் பொருள் அடங்கியிருக்கவில்லை.

தனியொருவனாய் கரையில் நிற்பவனிடமே அந்தப் பாதுகாப்பின் பொருள் அடங்கியிருக்கிறது!

* * *

உன் வாழ்வு சுதந்திரத்தால் நிரம்பியிருக்க வேண்டுமானால் நீ மற்றவரின் சுதந்திரத்திற்கு தடையாக இருக்கக் கூடாது.

வேறெந்த பெரிய தியாகங்களும் நீ புரிய தேவையில்லை!

* * *

ஒன்றை நன்றாக ஞாபகத்தில் வைத்துக் கொள்ளுங்கள்,

இறைவனைக் காட்டிலும் அவனிடம் வைக்கும் பிராத்தனையே சக்தி மிக்கது!

* * *

உங்களுடைய தேசம் அழிவின் விளிம்பில் இருக்கும் போதுதான் தெரியும், நீங்கள் கட்டமைத்து வைத்துள்ள ஒவ்வொரு கதாநாயகர்களும் இத்தனை நாள் உங்களின் முதுகுக்குப் பின்னால் ஒளிந்திருந்தது!

* * *

நாம் நம்முடைய கனவுகளை இன்னொருவரின் கனவுகளில் புகுத்த நினைக்கிறோம்.

ஆனால், நாம் புகுத்துவதை விடுத்து இணைக்க முயல வேண்டும்!

* * *

நீ உன் உயிரை வளர்க்க விலை கொடுத்து பயன்படுத்தும் பொருளோடு, இயற்கை உன் உயிரை தக்க வைக்க விலை இல்லாமல் வழங்கும் பொருளை ஒப்பிட்டு பார்.

நீ எப்படிப்பட்ட குற்றவாளி என்பதை உணர்ந்து கொள்வாய்!

* * *

இறைவன் கூட விடுதலையை அடையத்தான் முயற்சித்துக் கொண்டிருக்கிறார்.

ஆனால், அவருடைய முழு முயற்சிக்கு தடையாக இருப்பது மனிதன்தான்!

* * *

வரிகளற்ற ஓசையையும், வலிகலற்ற இசையையும் இரசனை என்று கருதுவது மிகப்பெரிய நோய்!

* * *

கலைஞர்களின் ஞானச்செருக்கு என்பது அந்த மண்ணின் உண்மையை பெருமையோடு விவரிக்கும் ஒரு குறியீடு.

அது, நியாயமான ரௌத்திரம்!

* * *

உண்மையில், சாதாரண காரணி ஒன்றை அயோக்கியர்கள் அரசியல்படுத்தும் போது நீங்கள் அதை அனுமதித்தால் அந்த சாதாரண காரணியே நாளை அசாதாரணமான காரணியாக உருவெடுத்து சமூகநீதி மலர்வதற்கு பெரும் தடையாக அமையும்!

***

முதலாளித்துவத்தையும் தொழிலாளித்துவத்தையும் ஒருங்கே பெற்ற கொள்கை மட்டும்தான் அனைத்து உயிர்களுக்கும் நண்பனாக இருக்க முடியும்!

***

இறைவன், உங்களுடைய ஐம்புலன்களுக்கும் இன்பத்தைச் சேர்க்க தயாராக இருக்கிறான்.

பதிலுக்கு, நீங்கள் இறைவனுடைய செவிக்கு மட்டும் இன்பத்தைச் சேர்க்க தயாராக இருங்கள்!

***

ஒரு ஆண் ஒரு பெண்ணையோ அல்லது, ஒரு பெண் ஒரு ஆணையோ பிடிக்கவில்லை என்று கூறினால் முதலில் அவர்கள் தங்களுடைய அகந்தையை கைவிட வேண்டும்.

அதைவிடுத்து, தன்னை பிடிக்கவில்லை என்ற காரணத்திற்காக காலங்காலமாக தாழ்வு மனப்பான்மை மற்றும் குற்ற உணர்ச்சியை கரம் பிடிக்கிறார்கள்!

***

ஒரு நாட்டின் வல்லரசு கனவு, ஆதிக்க நிலைப்பாட்டைக் கொண்டிருந்தால் அவர்களால் மக்களை என்றுமே உருவாக்க இயலாது.

அகதிகளை மட்டும்தான் உருவாக்க இயலும்!

***

மாயயை மனம் ஏற்றுக்கொண்ட அளவிற்கு, மனதை மாயை ஏற்றுக்கொள்வதில்லை.

இதை, இருக்கும் தேசியத்தை இல்லாத தேசியம் ஆளும் பூமியில் நீங்கள் காணலாம்!

* * *

தாய்மொழியில் இருக்கும் எதையெல்லாம் படித்தால் உங்கள் மனம் பக்குவம் அடைகிறதோ அவையனைத்தும் தாய்ப்பால்!

தாய்மொழியில் இல்லாத எதையெல்லாம் படித்தால் உங்கள் மனம் பக்குவம் அடைகிறதோ அவையனைத்தும் தாய்ப்பால் போன்றது!

* * *

கருவறைக்கும் ஓதுவாருக்கும் இடையில் உள்ள சமூக இடைவெளியை தகர்த்தால் நாம் இறைவனுடன் நெருக்கமாகலாம்!

* * *

எத்தனைக் கனமாய் இருந்தாலும் அது விரிவடையும் போது அதனால் ஏற்படும் ஆபத்து குறைகிறது. அதுபோலவே, எத்தனை எளிதாய் இருந்தாலும் அது குவியும் போது அதனால் ஏற்படும் ஆபத்து அதிகரிக்கிறது.

ஆகவேதான், வினைகள் எப்போதும் சுயத்திலிருந்து விடுபட்டு இருக்க வேண்டும். அல்லது, சுயம் விடுபட்ட போது எந்தவொரு வினையையும் புரிய வேண்டும்!

* * *

நேர்மையான தொழிலை நேர்மையாக புரியும் ஒருவர் அதை நேர்மையாக தன் மக்களிடத்தில் சொல்ல முடியாதெனில் அச்சமூகத்தில் கலப்பினம் உள்ளது என்று அர்த்தம்!

* * *

உண்மையை நவீனத்தால் விளக்க முடியாது போனால் அங்கே ஒருசார்பு என்பது உணர்ச்சிவசத்தால் ஆளப்படும்!

* * *

இன்னொரு நாட்டில் நடக்கும் அடக்குமுறைக்கு எதிரான உங்களுடைய கண்டனத்தை அகிம்சை முறையில் தந்தாலும் அதை அம்மக்களுக்கான ஆதரவு என்றே ஏற்கலாம்; இருப்பினும், அதையும் தாண்டி புரட்சி புரிகிறீர்கள்.

ஆனால், சொந்த நாட்டில் நடக்கும் அடக்குமுறைக்கு எதிராக புரட்சி புரிவதை விடுத்து அகிம்சை முறையில் கண்டனத்தை வழங்கினால் அதை எப்படி சொந்த மக்களுக்கான ஆதரவு என்று ஏற்பது?

* * *

கடமைக்கு ஊக்கம் என்பது அவசியமற்றது!

* * *

ஒவ்வொரு சுதந்திர மற்றும் குடியரசு தினத்தன்றும் கனவுகளின் அலறல் சத்தம் அதிகரித்துக் கொண்டேதான் போகிறது!

* * *

படித்தவர்களின் கடமை, பாமரர்களுக்கு பதில் சொல்வதுதான்.

கேள்வி கேட்பது அல்ல!

* * *

அமிர்தத்தின் மீது நீங்கள் ஆசை கொள்ளாத வரையில் பாற்கடலில் இருந்து விசம் தோன்றுவதே இல்லை!

* * *

தேசப்பற்று என்பது மொழி கொண்டு உண்டாக்கப்படும் கவிதைகள் அல்ல; அது, கவிதைகளை உண்டாக்கும் மொழி ஆகும்.

ஆம். தேசப்பற்று என்பது அனைவரும் உபயோகிக்கும் படி இருக்க வேண்டும்!

* * *

இந்த உலகில் எந்தவொரு மண்ணின் தேசியமும் மூலத்தில் இருந்தே உருவாகிறது. ஆனால், தமிழ்த்தேசியம் ஒன்று மட்டும்தான் மூலமாய் அப்படியே இருக்கிறது.

அதனால்தான், மற்ற தேசியங்கள் எண்ணிக்கையை அடிப்படையாகக் கொண்டுள்ளது; தமிழ்த்தேசியம் மட்டும் எண்ணத்தை அடிப்படையாகக் கொண்டுள்ளது!

* * *

புதையல் என்பது புதைந்து கிடக்கும் பழமையைத்தான் குறிக்கிறது.

அதுபோலவே, ஒரு இனத்திற்கான புதையல் என்பது அவர்கள் பேசும் தாய்மொழியின் பழமையிலேயே உள்ளது!

* * *

தியானத்தின் வெற்றி என்பது ஆன்மாவானது பிரம்மாண்டமான விசுவரூபத்தை அடைவதில் இல்லை.

அது, பிரம்மாண்டமான காரிருளில் மிக நுண்ணிய அளவு ஒளியானது பாய்வதில் உள்ளது!

* * *

மனிதனுடைய எந்த உறுப்புகளையும் விலங்குகள் தனது ஆபரணங்களாய் சூட்டிக் கொள்வதில்லை!

* * *

மனம் தூய்மை கொண்டு காதல் புரிந்தால் விலைமாதராக இருந்தாலும் அவள் அவனுக்கு கனவுக்'கன்னி'தான்!

* * *

எவரை நீங்கள் தலைவராக ஏற்கும் போது உங்களால் தீய வினைகளைப் பற்றி நினைக்கக் கூட முடியவில்லையோ, அந்தத் தலைவர் இறைவனை விடவும் வழிபட தகுதியானவர்!

* * *

ஒரு அரசியல்வாதியின் இறுதி ஊர்வலத்தின் அடர்த்தியை என்று ஒரு பாவலனின் இறுதி ஊர்வலத்தின் அடர்த்தி தோற்கடிக்கிறதோ, அன்றுதான் அந்த மண்ணின் தாய்மொழி உண்மையில் தாய்மையுறும்!

* * *

துரோகியாயினும் எதிரியாயினும் மகத்துவம் கொண்ட மருத்துவரை பகைத்தாலும் அவர் தரும் மருத்துவத்தை பகைப்பது இல்லை.

அதுபோலவே, தீர்வு கொண்ட கொள்கையை நீங்கள் கொண்டிருந்தால் ஆட்சி அதிகாரத்தில் நீங்கள் இல்லாது போனாலும் உங்களுடைய கட்டளையை ஆட்சியில் இருப்பவர்கள் எதிரியாக இருந்தாலும் துரோகியாக இருந்தாலும் அதை நிறைவேற்றுவர்!

* * *

தற்காலத்தைப் பொருத்தவரையில் பரபரப்பை போதிப்பது புத்தகங்களின் கடமையாக இருக்கக் கூடாது.

அது, ஒருவித குற்ற உணர்ச்சியை படிப்பவர்களின் ஆழ்மனதில் ஏற்படுத்த வேண்டும்!

* * *

புத்தகங்களில் கூறப்பட்டிருக்கும் கருத்துக்களுக்கு பொருத்தமற்ற மனம் உடையவர்களாகவே வாசகர்கள் வாசிப்பை துவங்குவார்கள். அதேநேரம், அந்தப் புத்தகத்தை வாசித்து முடிக்கும் போது பொருந்திய மனதை வாசகர்கள் பெற்றிருப்பார்கள்.

இது, ஒரு கடிகாரம் போன்றது. இப்படி நடந்தால் மட்டுமே மனம் வளர்ச்சி அடையும்!

* * *

கொள்கையை போதிக்கும் இடமாக பள்ளிக்கூடங்கள் இருந்ததென்றால், அந்தத் தேசத்திற்கு கட்டளையை பிறப்பிக்கக் கூடிய மனிதர்கள் எவரும் தேவையில்லை!

* * *

மக்களின் புரட்சியை ஆட்சியாக பரிணாமம் அடைந்த கொடுங்கோன்மை அறுவடை செய்வது அருவருக்கத்தக்கது!

* * *

தங்களுடைய எழுத்துகளுக்கு எழுத்தாளர்களே முதலில் அடிமையாக இருக்கக் கூடாது.

ஏனெனில், இலட்சம் அடிமைகளை ஒரு எழுத்தாளனால் தன் புரட்சி மிகு கருத்துகளைக் கொண்டு விடுவிக்க இயலும். ஆனால், எத்தனைப் புரட்சியாளர்கள் இணைந்தாலும் தன் புலமையை விற்று ருசி கண்டுவிட்ட ஒரேயொரு எழுத்தாளனைக் கூட விடுவிக்க இயலாது!

* * *

பிரபலமும் ஆளுமையை தரும்; சீரிய நோக்கமும் ஆளுமையை தரும்.

ஆனால், பிரபலம் தரும் ஆளுமை என்பது எச்சிலுக்கு ஒப்பானது; சீரிய நோக்கம் தரும் ஆளுமை என்பது தீர்த்தத்திற்கு ஒப்பானது!

* * *

பிணங்களுக்கு நடுவே படுத்திருக்கும் உயிருள்ளவனின் இதயத்துடிப்பு சூழலுக்கு தெளிவாய் கேட்பினும் பிணங்களால் அதை உணர முடியாது.

மழையில் குடைபிடிக்கும் மனிதர்களுக்கு, குடை இருந்தும் மழையில் நனையும் மனிதர்களின் ஆனந்தம் இறுதி வரைக்கும் விளங்குவதில்லை.

அதுபோலத்தான், அறத்தால் நிறைந்து வாழும் மனிதர்களும் அவர்கள் அடையும் ஆனந்தமும்!

*** ***

உதவி கேட்கக்கூடியவர் யாரிடம் உதவி கேட்கிறாரோ, அவரின் உதவக்கூடிய சூழல் அறிந்து உதவி கேட்க வேண்டும்.

அப்போதுதான், அங்கே பகைமை தோன்றாது!

*** ***

சமூகநீதி மலர்ந்து விட்டது என்று நாம் எப்படி அறிந்து கொள்வது?

அது மிகவும் எளிது; தலைவர்களின் சிலைகள் அனைத்தும் விடுதலை செய்யப்பட்டிருக்கும்!

*** ***

எதனால் உங்களை ஒருவர் நேசிக்கிறாரோ, அதனால் மட்டுமே அவரை நீங்களும் நேசியுங்கள்.

ஏனெனில், எதிரெதிர் மனம் இரண்டும் தீமையான குணத்தை ஒருபோதும் ஒத்து நேசிக்காது!

*** ***

பாவலர்களும் எழுத்தாளர்களும் சமூக விபத்தில் இருந்து உருவாக வேண்டும்; அதற்குப் பயிலரங்கம் நடத்துவது என்பது கூடாத செயல்.

ஏனெனில், பயிலரங்கத்தில் உருவாகும் எழுத்தாளர்களும் பாவலர்களும் கற்பற்று இருப்பார்கள்!

***

புரட்சி மிகுந்த கருத்துகளை எக்காரணம் கொண்டும் நகைச்சுவை மூலமாக கடத்தாதீர்கள்.

ஏனெனில், உங்கள் முன்னால் அறிவாளிகள் அமர்ந்திருந்தால் புரட்சியோடு கலந்த நகைச்சுவையும் புரட்சியாக மாறும்; ஒருவேளை, முட்டாள்கள் அமர்ந்திருந்தால் நகைச்சுவையோடு சேர்ந்து புரட்சியும் நகைச்சுவையாக மாறிவிடும்!

***

மக்களால் அங்கீகரிக்கப்பட்ட கோழைகள் அனைவரும் ஒன்றாகச் சேர்ந்து ஒரு செயலை செய்து விட்டு அதைச் சூழ்நிலை வினை அல்லது, சாமர்த்திய வினை என்று மக்களால் அங்கீகரிக்கப்படாத மாவீரர்களுக்கு ஞான உபதேசம் புரிவார்கள்!

***

ஒத்த கொள்கை உடையவன் வழங்கும் பட்டம் கூட ஒருவிதத்தில் வணிகம்தான்; மாற்றுக் கொள்கை உடையவனால் என்று நீங்கள் அங்கீகரிக்கப்படுகிறீர்களோ அதுவே உண்மையான பட்டம்.

ஏனெனில், அவசியம் இல்லாதபோது கூட உங்களைப் பற்றிய சிந்தனை இன்னொருவரின் சிந்தையில் தோன்றுவதே உங்கள் வாழ்வுக்கான சான்றிதழ்!

***

சுதந்திர தினம் என்பது தினம் தினம் அனுபவிக்க வேண்டியது.

ஒரு தினம் கொண்டாட வேண்டியது அல்ல!

* * *

கூச்சத்தை உடல் இழக்கின்ற போது மானமும், கூச்சத்தை உயிர் இழக்கின்ற போது அறிவும் மரணமடைகிறது.

இவை இரண்டும் ஒருங்கே பெற்றவர்கள் அடிக்கடி கட்சி மாறும் மனிதர்கள்!

* * *

விபத்தில் வெளிப்படும் வார்த்தை(கள்) கொண்ட உயிர்தான் உங்களை ஆள்கிறது!

* * *

நீங்கள் உங்களுடைய கண்டனத்தை தெரிவிக்க எப்போதும் உங்களின் பதவியையே தியாகம் செய்கிறீர்கள். அது, இறைவனுடனான வணிகம் வெற்றி பெற்ற பின்னர் உங்கள் மீது பழி வந்து விடக்கூடாது என்பதற்காக நீங்கள் இறைவனுக்கு அளிக்கும் முடி காணிக்கை போன்றது.

உண்மையில், நீங்கள் உங்களுடைய கண்டனத்தை உண்மையாகவே பதிவு செய்ய விரும்பினால் எதை மீண்டும் பெற முடியாதோ அதை தியாகம் செய்யுங்கள்!

* * *

நெருப்பினுடைய மாவீரத்தின் மீது பாவலர்கள் பாடும் ஒவ்வொரு வர்ணனையிலும் காற்றின் அதீத உழைப்பு அர்த்தமிழக்கிறது!

* * *

போரை நிறுத்தும் அளவிற்கு இறைவன் சக்தி படைத்தவனா?

போரை தொடங்கி வைத்தது இறைவன் அல்லவே மானுடமே!

* * *

ஒரு மொழியின் ஆளுமை மிக்க அகராதி அந்த மொழியை தாய்மொழியாகக் கொண்ட பாமரர்களிடம்தான் இருக்கிறது.

ஆனால், அது அகராதி என்று பாமரர்களுக்குத் தெரிவதில்லை. அதுதான் அகராதி என்று அறிந்திருந்தும் படித்தவர்கள் அதை பெற்றுக் கொள்வதில்லை!

* * *

'அடுத்து' என்ற கூற்றை கருவறுத்த இனம் மட்டும்தான் சுதந்திரம் பெற்ற இனம் ஆகும். அவ்வாறெனில், பிணம் மட்டுமே அந்த சுதந்திரத்தை அடைய இயலும்.

ஆகையால், போராட்டமே சுதந்திரத்தின் மூச்சுக்காற்று ஆகும்.

* * *

தன் சொந்த மண்ணில் தனது அதிகாரத்தைச் செலுத்துவதே சுதந்திரம் என்று எண்ணுகின்றனர்.

ஆனால், மற்ற தேசங்கள் தன் மண்ணின் மீது அதிகாரத்தைச் செலுத்தாமல் இருக்கும்படி தன் தேசத்தை வைத்திருப்பதே சுதந்திரம் ஆகும்!

* * *

சீரிய நோக்கம் கொண்டவனின் கனவு நிறைவேறினால், அந்த மண்ணில் வாழும் உயிரினங்கள் அனைத்தும் கனவு மட்டுமே காணாத நிலையை அவன் உருவாக்கி விடுவான்!

* * *

ஆறுதல் என்பது இன்பம் மற்றும் துன்பங்களை சரிசமமாக பகிர்வது அல்ல.

அது, ஒரு ஆடையில் ஓரிடத்தில் படிந்துள்ள கரையை நீக்க நாம் அந்த ஆடையை வெளுக்கும் போது அதே ஆடையில் கரை படியாத இடமும் துவைத்தல் வினைக்கு உட்படுவது போன்றது!

* * *

இல்லாத ஒன்றை மறுப்பதும் ஒழிப்பதுமே இல்லாத தேசியத்தின் இயக்க ஓட்டம்!

* * *

உங்களை நீங்களே கைவிடும் போதுதான் உங்களை நோக்கி அர்த்தமற்ற மரணம் நெருங்கி வருகிறது!

* * *

<u>தமிழ்க்கடல்!</u>

எம் கடலை அபகரித்தவர் யார் என்பதையும் அறிவோம்!

எம் கடலை தாரை வார்த்தது யார் என்பதையும் அறிவோம்!

எம் தொப்புள் கொடியை கத்தரித்த கத்தரிக்கோல் யார் என்பதையும் அறிவோம்!

* * *

நீங்கள் புரட்சி எனும் ஆயுதத்தை 'பின்தொடர்பாளன்' என்ற முறையில் மட்டுமே ஏந்தியிருந்தால், சமூகநீதி என்பது கூட பிறப்பின் அடிப்படையில் செயலாற்றத் துவங்கி விடும்!

* * *

101

குறைவான வளர்ச்சியை 'ஊனம்' என்றும், அதீதமான வளர்ச்சியை 'அசுரத்தனம்' என்றும், தொழில் தெரியாது குறைபாட்டோடு இவை யாவையும் படைத்தவனை 'இறைவன்' என்றும் கற்பிக்கும் புராணங்கள் யாவும் பொய்யே!

* * *

இணைய வழியில் கல்வியைக் கற்கும் மாணவன், கருவறையைச் சேராத பக்தன் போன்றவன்!

* * *

விறகுகளை மனிதன் மரமாக கருதுவதில்லை; கருதவும் கூடாது.

மேற்கண்டப் பொருளை சுயநலத்திற்காக கட்சிகள் மாறும் நபர்கள் மீது எண்ணிக் கொள்ளுங்கள்!

* * *

திலீபன் அண்ணனின் பசியை உணர நீங்களும் பட்டினி இருக்க வேண்டிய அவசியமில்லை.

உங்களைச் சுற்றி உலவி வரும் காற்றை சிறிது நேரம் சுவாசிக்காமல் இருந்தாலே போதும்!

* * *

கல்வி, மருத்துவம் போன்றவற்றை இலவசம் என்ற சொல்லால் அலங்கரிப்பது கொடுஞ்செயல்.

உரிமையை எவ்வாறு நீங்கள் இலவசம் என்ற சொல்லால் அழைக்க முடியும்?

ஆம். உரிமை என்பது விடுதலை; இலவசம் என்பது அடிமை!

* * *

புலி ஒளிந்து கொள்வதற்கும், ஆடு ஒளிந்து கொள்வதற்கும் வித்தியாசம் உண்டு!

* * *

தன்னுடைய எதிரியின் எதிரியை தன் நண்பனான எண்ணுவதும் அறிவற்ற செயலே!

* * *

விருந்தினராக உங்களுடைய வீட்டினுள் நுழையும் புத்தகங்களை உங்களின் குடும்ப உறுப்பினர்களாக மாற்றிக் கொள்ளுங்கள்!

* * *

உங்களுக்கு எதிரான கருத்துகளை ஆராயும் நீங்கள், உங்களுக்கு ஆதரவான கருத்துகளை மட்டும் அப்படியே ஏற்றுக் கொள்கிறீர்கள்.

அந்த மனப்பான்மைதான் உங்களுக்கான எதிரிகளை சம்பாதித்து தருகிறது!

* * *

நாம் நடுநிசி என்று பார்ப்பதில்லை; நமக்கு தூக்கம் வந்துவிட்டால் இறைவனை வழிபட துவங்கி விடுகிறோம். 'அவன் உறங்கியிருப்பானா? அல்லது, விழித்திருப்பானா?' என்று நாம் சிறிதளவும் சிந்திப்பதில்லை. நம்முடைய வேண்டுதலுக்கு அவன் செவி சாய்த்தே ஆக வேண்டும் என்ற எண்ணமே நம் மனதில் ஓடும்.

இதிலிருந்து ஒன்று உங்களுக்குப் புரியும் என்று நினைக்கிறேன்,

உங்களை மக்கள் இறைவனாக நினைத்து வழிபட வேண்டும் என்று நீங்கள் விரும்பினால், தூக்கத்தை நீங்கள் துறந்தே ஆக வேண்டும்!

* * *

இராமாயணம் இன்றி இராவணனால் நிச்சயமாக தனித்து இயங்க முடியும்!

* * *

தஞ்சைப் பெருவுடையார் கோயிலை இராச இராச சோழனின் ஆட்சி பீடத்தின் ஓர் கலைச் சான்று என்று கருதுகிறவர்கள் மூளை வழி சிந்திக்கக் கூடியவர்கள்!

தஞ்சைப் பெருவுடையார் கோயிலை இராச இராச சோழனின் சிந்தனையின் ஓர் கலைச் சான்று என்று கருதுகிறவர்கள் மனம் வழி சிந்திக்கக் கூடியவர்கள்!

* * *

நீங்கள் புனிதமடைய விரும்பினால் உங்களின் மீது சந்தனத்தை பூசிக் கொள்ளாதீர்கள்.

உங்களுடைய உடல் முழுவதும் படர்ந்திருக்கும் அசுத்தத்தை சுத்தம் செய்யுங்கள்!

* * *

தலைவிதியை மாற்றி எழுத முயற்சிப்பதற்குப் பதிலாக, தலைவிதி என்ற ஒன்றே இல்லை என்று முழங்குங்கள்!

* * *

பிசாசுகள் பயமுறுத்தும்; தெய்வங்கள் கூட பயமுறுத்தலாம்.

ஆனால், எக்காரணம் கொண்டும் கல்வி மட்டும் பயமுறுத்தவேக் கூடாது!

* * *

இறைவனால் கூட மனிதர்களுக்கு விளக்க இயலாமல் இருப்பதும், அனைவருக்கும் தெரிந்திருந்தும் இன்னும் இரகசியமாகவே இருப்பதுமே சமத்கிருதத்தின் தத்துவம்!

***

இவ்வுலகத்தில், போலித்தனம் இல்லாமல் இருப்பதில் ஆகச்சிறந்த இடத்தில் இருக்கிறது 'காமம்'!

***

சமத்கிருதத்தை ஈன்ற தாய்க்கு மட்டும் எக்காலத்திலும் தாய்ப்பால் சுரப்பதில்லை!

***

நான்கு நபர்களாக இருந்தாலும், நான்கு கோடி நபர்களாக இருந்தாலும் அவர்களுக்கென்று தனித்த தாய்மொழி இருக்கையில் அவர்களுக்கான நிலம் கொடுக்கப்பட்டாக வேண்டும்!

***

நீங்கள் சுத்தமான காற்றை சுவாசிக்கிறீர்கள் என்றால், நிறைய மரங்கள் நடப்பட்டுள்ளது என்ற ஒரு அர்த்தம் மட்டுமல்ல.

நிறைய மனிதர்கள் மரணம் அடைந்துள்ளார்கள் என்ற இரண்டாம் அர்த்தமும் உள்ளது!

***

தகுதியுடைய தேசியமொன்று தகுதியற்ற உறுப்பினர்களை கொண்டிருப்பதாலே அது அழிவதுமில்லை!

தகுதியற்ற தேசியமொன்று தகுதியுடைய உறுப்பினர்களை கொண்டிருப்பதாலே அது நிலைப்பதுமில்லை!

***

ஆளுங்கட்சியும் எதிர்க்கட்சியும் அந்த மண்ணின் மைந்தர்களாக இல்லாத போது இருவரும் ஒரே வகை வினையையே ஆற்றுவார்கள்.

இருவரில் 'யார் நல்லவர்?, யார் தீயவர்?' என்பதை மக்கள் ஊழல் அளவுகோலை வைத்தே கணக்கிட நிர்ப்பந்தம் செய்யப்படுவார்கள்!

* * *

அண்ணன் திலீபன் மரணித்த போது இந்தியாவில் மீண்டும் ஒருமுறை காந்தி கொல்லப்பட்டார்.

ஆனால், இம்முறை காந்தியைக் கொன்றது கோட்சே அல்ல!

* * *

உறவுகள் என்பது கடவுளைக் காட்டிலும் வல்லமை மிக்கது.

தாம் அந்த உறவுகளின் பிணைப்பை தம்முடைய ஒழுக்கக்கேடு கொண்டு உடைத்தெறிந்தால், அந்தத் தெய்வமே வந்து தம்முடைய ஒழுக்கத் தூய்மைக்கு பொய் சாட்சி சொன்னாலும் அதை இந்த நிலம் ஏற்றுக் கொள்ளாது!

* * *

தொகுதிப் பங்கீடுதான் உங்களுக்கான சமூகநீதி என்று நினைப்பது மிகப்பெரிய அறியாமை.

ஒவ்வொரு தொகுதியிலும் பங்கீடு பெறுவதே சமூகநீதியின் ஆரம்பம்!

* * *

"ஈழத்தில் பிறந்திருந்தால் தலைவர் பிரபாகரனின் படையில் சேர்ந்து என்னால் முடிந்த ஈகத்தை ஈழ சுதந்திரத்திற்கு வழங்கியிருப்பேன்" என்று உங்களுடைய ஆதங்கத்தை தெரிவிக்கிறீர்கள். நான் தங்களுடைய ஆதங்கத்தை மனதார வரவேற்கிறேன்; அதேநேரத்தில், தங்களுடைய ஆதங்கத்தைப் போக்க வழி ஒன்றையும் கூறுகிறேன்.

ஈழத்தில் பிறக்காவிட்டால் என்ன; தமிழகத்தில் பிறந்துள்ளீர்களே,

தோழர். தமிழரசனாக மாறுங்கள்; தமிழர் விடுதலைக்கு பாடுபடுங்கள்!

∗ ∗ ∗

என்னவென்று அறிந்த பின் குடிகொள்ளும் பயமும், என்னவென்று அறியாமல் இருக்கும் வரை குடிகொண்டிருக்கும் பயமும் நம் வாழ்வில் தொடர்ந்து வந்துகொண்டேதான் இருக்கும்.

அந்தப் பயத்தை விடையாக மாற்றுவதும், ஆச்சரியமாகவே வைத்திருப்பதும் நம் கரங்களில்தான் இருக்கிறது!

∗ ∗ ∗

ஆயுதக் கொலைகளை விட பலிபீடக் கொலைகளே இங்கு அதிகம்!

∗ ∗ ∗

திரிபு அடைந்த மொழியில் அந்த மண்ணோடு உறவாடுவதற்கான எந்தப் பிடிமானமும் இருக்காது!

∗ ∗ ∗

வாடகைக் கூடுகள் என்பது, சொந்தக் கூடுகளைப் பொறுத்தவரையில் தான் உருவாக்கிய வன்முறைகளை சோதித்துப் பார்ப்பதற்கான ஓர் பாலைவனம்!

∗ ∗ ∗

பக்தனிடம் பாராட்டைப் பெறுவதற்கு இறைவன் எண்ணுவானா?

பிறகு, நீங்கள் மட்டும் ஏன் உங்களைத் தேர்ந்தெடுத்த மக்களிடம் பாராட்டைப் பெற வேண்டும் என்று எண்ணுகிறீர்கள்!

* * *

தன் நிலத்தில் வாழும் மக்களின் கண்ணீரைத் துடைப்பதற்கும், இனி அவர்கள் கண்ணீரைச் சிந்தாமல் இருப்பதற்கும் அதிகாரத்தை கைப்பற்றுவதுதான் இறுதி தீர்வு என்றால், நேர்மையான முறையில் என்ன வேண்டுமானாலும் செய்யுங்கள்.

படிநிலைகள் பற்றி கவலைப்படாமல் நேரடியாகவே முடிவுரைக்கு செல்லுங்கள்!

* * *

என்ன எடுக்கிறோம் என்பதை ஆராயாமலேயே நீங்கள் உங்களுடைய கரங்களில் அதை ஏந்துவீர்களா?

பிறகு ஏன் சித்தாந்தத்தை மட்டும் ஆராயமலேயே உங்களுடைய வாழ்வில் அதை ஏந்திக் கொள்கிறீர்கள்!

* * *

உங்களுடைய நிலத்தின் நலம் காக்க உங்களின் உடல் நலத்தை நிதியாக தாருங்கள்!

* * *

சொல்ல இயலாத அளவிற்கு தனி மனித விமர்சனங்களை தங்களுக்குள் வைத்துக் கொண்டவர்கள் கூட ஒன்றாக காட்சி தருகின்றனர் ஒரே மேடையில்.

ஆனால், தனி மனித விமர்சனங்களை துளியும் தங்களுக்குள் வைத்துக் கொள்ளாதவர்கள் தனித்தனியே காட்சி தருகின்றனர் வெவ்வேறு மேடைகளில்!

✳ ✳ ✳

விழுங்கப்பட்ட தோட்டாக்கள் எப்படி பகைமையை அழிக்கும்?

அதுபோலவே, ஆயுதவழிக்கு ஏற்றாற்போல் தகவமைக்கப்பட்ட உன் வாழ்வை நீயே விழுங்கி விடாதே!

✳ ✳ ✳

'ஒருவரின் பிரார்த்தனைக்கு இடையூறு புரிவது மிகப்பெரிய பாவம்' என்று கற்பித்த இச்சமூகம், ஒருவரின் கல்விக்கு இடையூறு விளைவிப்பதை மட்டும் ஏன் கண்டுகொள்ளவில்லை?

இரண்டுமே தவத்தின் வடிவம்தானே!

✳ ✳ ✳

மனிதன், தனக்குத் தேவையான பதில்களை கூறுபவர்களை அறிஞர்கள் என்று ஏற்றுக் கொள்வதில்லை; தன்னுடைய கருத்துகளை யாரெல்லாம் ஏற்றுக் கொள்கிறார்களோ அவர்களையே அறிஞர்கள் என்று ஏற்றுக் கொள்கிறான்.

ஆனால், அந்த முட்டாள்கள் அறிஞர்களாக இருப்பது அவர்களை அறிஞர்களாக ஏற்றுக் கொண்டவர்களுக்கு மட்டும்தான்!

✳ ✳ ✳

பொய்யாக ஒருமுறை இறந்து பாருங்கள்.

இத்தனை நாள் வெறுத்தவைகள் அனைத்தும் வேண்டுமென்றும், வேண்டியவைகள் அனைத்தும் வேண்டாமென்றும் விளங்கி விடும்!

✳ ✳ ✳

தியாகம் என்பது உயிரானது ஐம்பூதங்களை நிராகரிப்பதில் துவங்கி, உடலானது ஐம்பூதங்களை ஏற்றுக் கொள்வதில் இருக்கிறது!

✳ ✳ ✳

இரசித்த அனைத்தையும் அபகரிக்கத் துடிக்கும் இந்த மானுடச் சமூகம், ஒரு பாவலனுடைய கவிதைகளை மட்டும் இரசிப்பதோடு நிறுத்திக் கொள்வதுதான் ஏன் என்று புரியவில்லை!

✳ ✳ ✳

உங்களை நீங்களே சமரசம் செய்து கொண்டு ஒரு அயோக்கியனுக்கு நீங்கள் அளிக்கும் அந்த ஓட்டுதான் தமிழின் கண்ணீர்த் துளி!

✳ ✳ ✳

காதல், அனைத்து காதலர்களுக்கும் ஆச்சரியத்தை வழங்குகிறது.

ஆனால், காதலர்கள் மட்டும் காதலுக்கு எப்போதும் அதிர்ச்சியையே வழங்குகிறார்கள்!

✳ ✳ ✳

உலகிலேயே மிகவும் உயர்வானதும், அனைவருக்கும் இலவசமாக கிடைக்கக் கூடியதும் 'ஒழுக்கம்' மட்டுமே!

✳ ✳ ✳

உங்களுடைய உடல் கேட்கும் கேள்விகளுக்கு மனம் கொண்டு பதில் தாருங்கள்.

ஏனெனில், உடலினுடைய கேள்வியில் மட்டும் மௌனம் என்பது கூடவே கூடாது!

* * *

நீங்கள் ஆண்டுதோறும் உங்களுடைய தலைவரின் பிறந்தநாளை முன்னிட்டு குற்றங்களைத்தான் விடுதலை செய்கிறீர்கள்.

உண்மையில், நீங்கள் விடுதலை செய்வதாக இருந்தால் மக்களின் உணர்ச்சிகளை விடுதலை செய்யுங்கள்!

* * *

"அவர்கள் உங்களை தாக்கி தாக்கி பலமிழக்கட்டும்; நீங்கள் தாங்கி தாங்கி பலம் பெறுங்கள்" என்பதெல்லாம் கோழைத்தனத்தின் உச்சம்.

ஆயுதங்களைக் கொண்டு தாக்கினால் அவர்கள் பலம் இழப்பதுமில்லை; நீங்கள் பலம் பெறுவதுமில்லை!

* * *

'கனவுகளாவது பொதுவாக இருக்கட்டுமே' என்று படைக்கப்பட்டதுதான் உறக்கம்!

* * *

ஒரு படைப்பாளனுக்கு நீங்கள் செலுத்தும் உண்மையான அஞ்சலி என்பது அவனுடைய அனைத்துப் படைப்புகளையும் வாசிப்பதுதான்!

* * *

உங்களுடைய வீட்டில் எத்தனை புத்தகங்கள் உள்ளதோ, அத்தனை தெய்வங்கள் உங்கள் வீட்டில் குடியிருக்கிறது என்று பொருள்!

* * *

மிகவும் எளிதாக அணுகக்கூடிய செயலில் இருந்து மகிழ்ச்சியடைய நீங்கள் கற்றுக் கொள்ளுங்கள்.

அப்போதுதான், உங்களால் அந்த மகிழ்ச்சியை தக்கவைக்க இயலும்!

* * *

இரண்டு இனத்தின் மரபுகளை இணைக்கும் பாலம் அல்ல சிறு தெய்வங்கள்.

மாற்றான் இனத்தின் ஆதிக்கத்தால் பிளவுபட்டு நிற்கும் ஒரு மரபை மீண்டும் அந்த மரபின் மைந்தர்களோடு இணைக்கும் பாலம்தான் சிறு தெய்வங்கள்!

* * *

தாய்மொழி அடையாளத்தை தவிர்த்து வேறு ளந்தவொரு அடையாளத்தையும் தாங்காத பெயரைச் சூட்டினாலே உங்களின் மண்ணுக்குரிய நரகத்தின் பிரதான வழி அடைக்கப்பட்டு விடும்!

* * *

ஒரு பாவலனை பைத்தியம் போல் வைத்திருக்கும் நகரத்தில் தப்பித்தவறி கூட குப்பைகளை கொட்டி விடாதீர்கள்.

ஏனெனில், குப்பைகளில் கொஞ்சம் ஒட்டியிருக்கும் சுத்தம் கூட கெட்டு விடும்!

* * *

இறைவனை நெருங்க நெருங்க 'கடவுள் உண்டு' என்றும், சிலையை நெருங்க நெருங்க 'கடவுள் இல்லை' என்றும் ஒரு மனிதன் தெளிவு கொள்கிறான்!

* * *

தன் தாயிடம் ஒரு குழந்தை எதை வேண்டுமானாலும் வேண்டலாம். ஆனால், தன் குழந்தையிடம் ஒரு தாய் ஒழுக்கத்தை மட்டுமே வேண்டுவாள்.

அதுபோலவே, இந்த பூமி நம்மிடம் ஒழுக்கத்தை மட்டுமே வேண்டுகிறது!

* * *

உங்களைப் பற்றி உங்களுக்குத் தெரியாதா என்ன?

பிறகு ஏன் உங்களைப் பற்றி யூகிக்க பிறரை வற்புறுத்தல் செய்கிறீர்கள்!

* * *

மக்கள் ஒருபோதும் யுத்தத்தை விரும்பியதில்லை.

அதுபோலவே, கொடுங்கோன்மையும் ஒருபோதும் மக்களை விரும்பியதில்லை!

* * *

எந்தவொரு சிலையாயினும் அது அதிகாரத்தால் நிறுவப்பட்டால், அதுவே அரியணையை அபகரிக்கும் குறியீடாய் வருங்கால தலைமுறைக்கு வழிகாட்டி விடும்!

* * *

உங்களுக்கான பெயர் தவிர்த்து வேறொரு நிலத்தின் பெயரால் நீங்கள் அழைக்கப்படுவதை இழிவு என்று கருதுவதே உயர்வு!

* * *

விழிப்புடன் இல்லாதவன் வாழ்வில் பகல் என்பதே கிடையாது!

* * *

நிலவின் தேய்பிறையும் வளர்பிறையும் நிகழ்வது ஒரே வானத்தில்தான் என்பதை நினைவில் கொள்ளுங்கள்!

* * *

தமிழ்மொழியின் ஆயுளை இங்கு எவரும் நீட்டிக்க வேண்டிய அவசியமில்லை. இயன்றால், தமிழை வைத்து உங்களின் ஆயுளை நீட்டிக் கொள்ளுங்கள்.

ஏனெனில், தமிழ் மொழியானது ஆய்வுக்கூடத்தில் செய்யப்பட்ட மொழி அல்ல!

* * *

உனக்கு ஆக்கும் சக்தி இருந்தால் மட்டுமே அழிக்கும் சக்தியை நீ கையிலெடுக்க வேண்டும்!

* * *

கவனமற்ற இலக்கிலும், இலக்கற்ற உறுதியிலும் நீங்கள் எதையும் சாதித்து விட இயலாது!

* * *

எதிரி, துரோகி பற்றி அறிந்து கொள்ள பெரிய தத்துவங்கள் எவையும் தேவையில்லை,

உன் இனத்திற்கு தீங்கிழைப்பவன் மாற்று இனத்தவனாக இருந்தால் அவனுக்குப் பெயர் 'எதிரி'!

உன் இனத்திற்கு தீங்கிழைப்பவன் உன் இனத்தைச் சேர்ந்தவனாக இருந்தால் அவனுக்குப் பெயர் 'துரோகி'!

* * *

துரோகிகளின் துணிச்சலானது நண்பர்கள் தரும் மூடத்தனமான ஆதரவிலேயே தங்கியிருக்கிறது!

* * *

ஒருவரின் மீது நாம் செலுத்தும் ஒரு புகழ் கொண்ட பொய்யானது அவர் மீதான ஆயிரம் புகழ் பெற்ற உண்மைகளை கொன்று புதைத்து விடும்!

* * *

பலர் பங்கீடு செய்து செய்ய வேண்டிய ஒரு வேலையை ஒருவரே செய்வது மட்டும் 'சுரண்டல்' அல்ல.

ஒருவரால் செய்து முடிக்க வல்ல ஒரு வேலையை பலர் பங்கீடு செய்து கொள்வதும் 'சுரண்டல்'தான்!

* * *

"ஒரு தேசியத்தின் முடிவை இன்னொரு தேசியம் எழுதும்" என்பதெல்லாம் போலியான வாதம்.

உண்மையில், ஒரு தேசியத்தின் முடிவை அந்தத் தேசியமேதான் எழுதுகிறது!

* * *

பொய்மையின் ஆணிவேரை அசைப்பது என்பது அவ்வளவு எளிதல்ல.

நான், எளிதல்ல என்றே கூறினேன்; வலிமை மிக்கது என்று கூறவில்லை.

ஆம். பொய்மையின் ஆணிவேர் எவரின் கண்ணுக்கும் புலப்படுவதில்லை; அதுதான், அதனுடைய பலமே.

ஆகவே, பொய்மையின் ஆணிவேரை பிடுங்கி எறிய, உண்மையில் இல்லாத அதனை இல்லை என்று நம்பினாலே போதும்!

* * *

இறுதிக்கட்டத்தில் எதிரியே உங்களின் எதிரில் நிற்கும் போது ஆயுதத்தை கையிலெடுக்கா விட்டாலும் பரவாயில்லை,

தயவு செய்து அகிம்சையை மட்டும் கையிலெடுத்து விடாதீர்கள்!

* * *

கருப்பாய் இருப்பது அவமானம் அல்ல.

ஆனால், கருப்பை பூசிக்கொள்வது என்பது கருப்பை அவமானப்படுத்தும் செயல்தான்.

இது, எல்லா நிறங்களுக்கும் பொருந்தும்!

* * *

இன்று உயிரோடு இருக்கும் ஒவ்வொருவருக்கும் ஒரு கடமையை நான் ஞாபகம் செய்கிறேன்,

ஒவ்வொருவரும் தினந்தோறும், இறந்த ஒருவரைப் பற்றி உங்களுடைய மக்களுக்கு அறிமுகம் செய்யுங்கள்!

* * *

தன் அரசால் விளைந்த உயிரிழப்பை சமன் செய்ய அந்த அரசு 'தொகை' எனும் ஆயுதத்தை கையிலெடுக்குமானால், அதைவிட அந்த உயிரை அவமானப்படுத்தும் செயல் இவ்வுலகில் வேறொன்றுமில்லை!

* * *

நாம் ஒரு கட்டுமானத்தின் நிலைகுலைவிற்கு புயலை காரணம் கூறினால் அதில் நியாயம் இருக்கிறது.

ஆனால், நாம் காற்றை காரணம் கூறுகிறோம்; அந்தக் காரணத்தை நாம் அங்கீகரிக்கவும் செய்கிறோம்!

* * *

உயிரற்றவை மட்டுமல்ல,

உணர்வற்றவையும் ஒருவரின் விருப்பத்திற்கு எந்த வித மறுப்பும் கூறாமல் இணங்கும்!

* * *

கனவால் பயணிப்பது 'கற்பனை'!

அறிவால் பயணிப்பது 'ஆளுமை'!

* * *

ஒருவரை, உங்களுடைய இனத்திற்கு கிடைத்த புதையல் என்கிறீர்கள்.

அதேநேரம், அவரை புதையலாகவே வைத்திருக்க வேண்டும் என்பதாலோ இறுதி வரைக்கும் அந்தப் புதையலை நீங்கள் மண்ணுள் இருந்து தோண்டி எடுக்காமலேயே இருக்கிறீர்கள்!

* * *

உங்களிடம் சாமானியர்களின் கேள்விகளுக்குப் பதில் இல்லை.

ஆனால், நிவாரணம் மட்டும் உண்டு!

* * *

நீங்களாக ஆற்றில் இறங்கினால் உங்களுடைய உடமைக்கு பெரிதாக சேதாரம் ஏதும் ஏற்படாது.

ஆனால், நீரே முன்வந்து வீட்டில் இருக்கும் உங்களை இழுத்து வந்து தன்னுள் இறங்க வைத்தால் உங்களின் உடமைக்கு மட்டுமல்ல, உயிருக்கும் சேதாரம் ஏற்படும்.

ஆம்; அரசியலும் அப்படித்தான்,

அரசியலால் பாதிக்கப்படும் முன்னரே அதைப் பற்றிய போதனையை பெற்று விடுங்கள்!

* * *

பொருள் இல்லாத சொற்களே பேய்களை வரவழைக்கும் மந்திரங்கள்!

* * *

நீங்கள்தான் பலருக்கு உந்து சக்தியாக உள்ளீர்கள் என்றால் உங்களுடைய கொள்கை மட்டுமல்ல, உங்களுடைய தோற்றமும் கம்பீரமாக இருக்க வேண்டும்!

* * *

உங்களின் விழிகளில் தென்படவில்லை என்பதற்காக இறைவனுமில்லை, தலைவனுமில்லை என்ற முடிவுக்கு வராதீர்கள்.

நீங்கள் ஒரு மேடை அமையுங்கள்; அங்கு, தலைவன் வந்துதான் ஆக வேண்டும்!

நீங்கள் ஒரு தவம் புரியுங்கள்; உங்கள் முன்னால் இறைவன் தோன்றிதான் ஆக வேண்டும்!

* * *

தேடுதல் மற்றும் கிடைத்தல் இவை இரண்டிற்கும் இடைப்பட்ட கால அளவிற்குப் பெயரே 'உழைப்பு'!

* * *

மேடையில் நீங்கள் பேச வேண்டியது தீர்ப்புகளைப் பற்றித்தானே தவிர, சட்டங்களைப் பற்றி அல்ல!

* * *

இல்லாத தேசியத்தின் இருக்கையை உடைத்தெறியுங்கள்; அவர்கள் நிற்கட்டும்.

அவர்களால், நம்மை போல் பல்லாண்டு கணக்கில் நிற்க இயலாது. நொடி கால அளவைக் கூட தாங்க முடியாமல் கீழே சுருண்டு விழுந்து மடிவார்கள்!

* * *

மகிழ்ச்சியில் சிந்தும் கண்ணீரில் மட்டும் சர்க்கரையா இருக்கப் போகிறது?

ஆகையால், நிலையாய் இருங்கள்; அதிலும் காரணத்தைக் கொள்ளுங்கள்!

* * *

கருத்தியலற்று பொருளீட்டுபவனின் சத்தம் இவ்வுலகிற்கு கேட்பதில்லை!

* * *

கல்வியை நீங்கள் உங்களுடைய பொருளாதார முன்னேற்றத்திற்கு மட்டுமே பயன்படுத்தினால், எக்காரணம் கொண்டும் கல்வி உங்களை தனக்கு பயன்படுத்திக் கொள்ளாது!

* * *

நிபந்தனையுடன் கூடிய வரையறைக்கு தாய் என்பவள் தேவையில்லை. ஆகையால், தாய் கொண்டு அது அழைக்கப்பட அவசியமும் இல்லை.

மொழிக்கு மட்டுமே தாய் சுட்டி அழைக்கப்பட தகுதி உண்டு. ஏனெனில், அது எல்லைக்கோடுகளுக்குள் அடக்க இயலாதது!

* * *

இரகசியத்திற்கு ஏதேனும் ஒரு அர்த்தம் இருக்க வேண்டிய அவசியமில்லை.

எதிர் நிற்பவரின் அறியாமையே போதும்!

* * *

என்ன செய்ய?

பாரதி தேவைப்படும் இடங்களிலெல்லாம் பாரதி பிறப்பதற்கு முன்பே அவனை இயங்க விடாமல் வைத்திருக்க முன்கூட்டியே வறுமை பிறந்து வளர்ந்து விடுகிறது!

* * *

ஒன்று அழியும் முன்பே அதைப் போன்ற ஒன்றை உருவாக்குவதற்கான குறுக்கு வழியை கண்டறிய முயலும் மானுடத்திற்கு மரண தண்டனை விதிக்க வேண்டும்!

* * *

நீங்கள் தரும் முன்னுரிமை என்பது நரியின் தந்திரத்தை விட கொடூரம் மிக்கது.

முன்னுரிமை என்பது இயலாதவர்களுக்குத்தான்; உரிமை மறுக்கப்பட்டவர்களுக்கு அல்ல!

* * *

தீர்மானிக்கப்பட்ட ஆயுள் படி ஒரு பொருளை வாழவிடுவதுதான் நம்முடைய ஆயுள் குறைந்து வருவதை தடுப்பதற்கான ஒரே வழி!

* * *

கேள்வி பதிலில் உண்டாகும் அறிவின் அடர்த்தியைக் காட்டிலும், விவாதத்தில் தோன்றும் அறிவின் அடர்த்தி மிக அதிகம்!

* * *

உணவிலும் நாம் சமூகநீதியை அடைந்து விட்டால் புரட்சியில் கலப்படம் என்பது நிகழாது!

* * *

அடிப்படை உரிமைகளை பெற்று விட்ட மனிதர்களிடம் இருந்து குற்றங்கள் தோன்றுவதில்லை என்பதுதான் உண்மை!

* * *

அவமரியாதைகளை தாங்கிக் கொள்ளுங்கள். ஆனால், ஒருபோதும் குற்றச்சாட்டுகளை தாங்கிக் கொள்ளாதீர்கள்.

அது, தமிழினம் உரைத்த பொறுமைக்குள் அடங்காது!

* * *

ஒரு தவறின் அரணாக எது உள்ளதோ அதுவே ஒரு தேசியத்தின் அடித்தளத்தை அசைக்கும் கூறுகள்.

ஒருவேளை, நாம் அதை கூர்ந்து கவனிக்க தவறினால் அந்தக் கூறுகளே நம்முடைய தமிழ்த்தேசியத்தை உடைத்தெறியும் ஆயுதங்களாக அயலார்களால் ஆவணப்படுத்தப்படும்!

* * *

நாற்பத்து நான்கு திரிகள் அடங்கிய மெழுகுவர்த்தியும் எரிந்து விட்டது; ஒற்றைத் திரி கொண்ட மெழுகுவர்த்தியும் உருகி விட்டது.

இருப்பினும், அதன் வெளிச்சம் குறையாமல் அதிகரித்த படியேதான் இருக்கிறது. ஆனாலும், அதன் மதிப்பை உணராத நம்மால் தமிழ்த்தேசியம் இன்னும் காரிருளில்தான் இருக்கிறது!

***

திலீபன் அண்ணனின் கனவை கண்டுகொள்ளாமல் இருக்கும் உங்களிடம் வருடந்தோறும் அவருடைய நினைவுகள் மட்டும் எப்படி உங்களின் நினைவுக்கு வருகிறது என்று எண்ணுகையில் எனக்கு ஆச்சரியம்தான்!

***

அறிமுகத்திற்கு யாரும் இங்கு விருதுகள் கொடுப்பதில்லை.

நன்கு அறிமுகமானவர்களுக்குத்தான் இங்கு விருதுகள் கொடுக்கப்படுகிறது!

***

பின்தொடரும் பகைமைக்கு பசி என்றும், முன் வந்து நிற்கும் பகைமைக்கு வீரம் என்றும் பெயர்!

***

தீவிரவாதம் கொண்டிருக்கும் போராட்ட மனப்பான்மையும், மிதவாதம் கொண்டிருக்கும் உறுதிப்பாடும் ஓர் மனிதனுக்கு வந்துவிட்டால் அவனை விட்டு இலக்குகள் அகலாது!

***

வாடகைக்கு வாங்கப்பட்ட அழகை நம்முடைய உடலை ஏற்றுக் கொள்ளச் செய்வது என்பது, வன்முறை ஆயுதத்தை நம் உடலின் மீது நாமே செலுத்தும் வினைக்கு ஒப்பானது!

* * *

புனிதம் என்பது அடைவதில் இருக்கிறது; நோய் என்பது பரவுவதில் இருக்கிறது.

அதுபோலத்தான், இறைவனை அடைய தனிமனித ஒழுக்கத்தை பேணச் சொல்கிறது ஆத்திகம்; இந்த ஒழுக்கம் நோயுறும் போது தானாகவே பரவி விடுகிறது நாத்திகம்!

* * *

தமிழை தாய்மொழியாகக் கொண்ட ஒருவர் "தமிழ்த்தேசியத்தை நான் ஆதரிக்கிறேன்" என்று கூறினால் அதை நீங்கள் ஆதரிக்காதீர்கள்.

ஓர் உயிருக்கு ஆதாரமான உயிர் மூச்சை நீங்கள் எவ்வாறு ஆதரிக்க இயலும்!

* * *

அர்த்தமானவர்கள் அர்த்தமற்ற ஒன்றை சூழ்நிலை கருதி அங்கீகரிக்கும் போது அது பிரபலமடையுமே அன்றி, ஒருபோதும் அர்த்தம் பெறாது!

* * *

உழைப்பவர்களுக்கே நிழலில் ஒதுங்க உரிமை உண்டு!

* * *

ஒரு பெண்ணோ அல்லது ஆணோ, தங்களுக்கான காதலை வற்புறுத்தி பெறுதல் என்பது வலுக்கட்டாயமாக ஒரு மரத்தை வேரோடு பிடுங்கி எறிவதற்கு ஒப்பானதாகும்!

* * *

விண்ணில் உங்களுக்கு நரகமே கிடைத்தாலும் பரவாயில்லை.

மண்ணில் உலாவும் கொடூரர்களை இயன்ற வரையில் வதைத்து மண்ணிலேயே மக்களுக்கான சொர்க்கத்தை நிறுவி விட்டு செல்லுங்கள்!

* * *

நீங்கள் உருவாக்குவது உங்களுடைய ஆதிக் கலாச்சாரம் அல்ல.

நீங்கள் தோண்டும் இடமெல்லாம் என்ன கிடைக்கிறதோ அதுவே உங்களுடைய ஆதிக் கலாச்சாரம்!

* * *

மதம் இல்லாதவரையோ, சாதி இல்லாதவரையோ குறைபாடு உடைய மனிதர்களாக நாம் குறிப்பிடுவதில்லை. ஆனால், பேச இயலாதவர்களை குறைபாடு உடைய மனிதர்களாக நாம் குறிப்பிடுகிறோம்.

ஆம். தாய்மொழி அடையாளம் அற்றவர்களே குறைபாடு உடையவர்கள்!

* * *

மக்களின் நம்பிக்கையை படைப்பாக தருவது ஒரு படைப்பாளியின் கடமை அல்ல.

தன்னுடைய நம்பிக்கையை படைப்பாக தருவதே ஒரு படைப்பாளியின் கடமை!

* * *

உங்களுக்குச் சுதந்திரத்தை அது தருமென்றால் நிச்சயமாக நீங்கள் காதலிக்கலாம்!

* * *

இருவர் இணைந்து தம் சந்ததிகளை உருவாக்க இயலாத அளவிற்கு தங்கள் உடல் வலுவை வைத்திருப்பவர்கள் தங்களுடைய மொழி, இனம் என்று எதன் பெருமையையும் பற்றி பேச அருகதை அற்றவர்கள்!

✳ ✳ ✳

உங்களுக்குப் புலமை இருக்கிறது என்ற காரணத்தினால் உங்களுடைய கவிதைகளை புதிர் போன்று வடிவமைக்காதீர்கள்!

✳ ✳ ✳

விசமானது அமிர்தமாக மாறுவதற்கு அங்கு எந்த விதமான வேதியியல் நிகழ்வுகளும் நடைபெறத் தேவையில்லை.

ஒருவரின் குருட்டுத்தனமான நம்பிக்கையே போதும்!

✳ ✳ ✳

நீங்கள் எதை இழந்த போதும் உங்களிடம் நீங்கள் அடைவதற்கு 'இலக்குகள்' மிச்சமிருக்க வேண்டும்!

✳ ✳ ✳

உங்களுடைய கரங்களைக் கொண்டு உங்களுடைய கால்களை வணங்குவதை நீங்கள் பெருமை என்று கருதுவீர்களா?

பிறகு ஏன் சக மனிதனை உங்களுடைய கால்களில் விழ வைப்பதை மட்டும் பெருமை என்று கருதுகிறீர்கள்!

✳ ✳ ✳

அகிம்சையின் கொடூரமான முகம் 'படுகொலை' என்றும், ஆயுத வழிப் போராட்டத்தின் ஒரே முகம் 'வீரமரணம்' என்றும் உலகிற்கு உணர்த்தியவர் திலீபன்!

✳ ✳ ✳

தலையில் அல்லாது, வயிற்றில் திரி கொண்டு எரிந்து உருகிப்போன ஓர் அதிசிய மெழுகுவர்த்திதான் திலீபன்!

* * *

மனிதனைப் பொறுத்தவரையில் மரணம் தன்னை நெருங்காத வரையில் அதை தவிர்க்கிறான்.

நெருங்கிய பின்னரோ, சிறுகச்சிறுக தன்னை உண்ண அனுமதிக்காது நொடிப்பொழுதில் உண்டு விட மண்டியிட்டு வேண்டுகிறான்!

* * *

உண்ணாவிரதம் இருக்கும் போது உண்ணாவிரதம் இருப்பவர்க்கு நீரானது தீர்த்தமாக தோன்றுமாம்.

ஆனால், திலீபன் அண்ணனுக்கு மட்டும் நீரையும் சேர்த்து யாவும் நஞ்சாகவே தோன்றியது!

* * *

மற்றவரைப் பொருத்தவரையில் வீட்டினுள் நுழையும் போது சமூகத்தை விடுத்து, குடும்ப உறுப்பினராக நுழைந்தால்தான் வீட்டிற்கு நல்லது.

படைப்பாளனைப் பொறுத்தவரையில் வீட்டினுள்ளேயும் சமூகத்தை தோளில் போட்டுக் கொண்டு படைப்பாளனாய் நுழைந்தால்தான் நாட்டிற்கு நல்லது!

* * *

விழிப்புணர்வு அற்ற மக்களால் அரிய வகை பிணிகளும் தொற்றாய் மாறிப் போகும்!

* * *

தற்கொலைக்கான மூலக்காரணம் அவமானம்தான் என்றால், இங்கு மனிதனுக்கு முன்னால் இறைவன்தான் அதை செய்ய வேண்டி வரும்!

* * *

புலியின் உறுமலை எந்தவொரு மொழியாளனும் புரிந்து கொள்வான்!

* * *

'தொலைந்து போனது' என்ற சொல்லுக்கு 'கைவிடப்பட்டது' என்ற நேரடியான ஒரு பொருளும் உள்ளது!

* * *

காரணத்தோடும் அறத்தோடும் உழையுங்கள்.

உங்களுடைய வியர்வைத்துளிகள் உங்களுக்கு குளிர்ச்சியை வழங்கும்!

* * *

ஒருவர், எந்தெந்த காரணத்திற்கெல்லாம் சிரிக்கிறாரோ அது அவருடைய தரத்தை தீர்மானிப்பது இல்லை.

ஒருவர், எந்தெந்த காரணத்திற்கெல்லாம் கோபம் கொள்கிறாரோ அதுவே அவரின் தரத்தை தீர்மானிக்கிறது!

* * *

ஒன்றுக்கும் இரண்டுக்கும் இடைப்பட்ட தொலைவு தோராயமாக ஒன்றுமில்லை.

ஆனால், துல்லியமாக கணக்கிட்டால் அது மிகப்பெரிய அளவு தூரத்தைக் காட்டும்!

* * *

மன நிறைவான வாழ்க்கை என்பது, ஒரு ஏழையின் வீட்டில் உயர்ந்த பட்ச செல்வமாக வாழ்வது!

* * *

சிறகுகளை நீங்கள் தியாகம் செய்தால், 'பறவை' என்ற பதவியில் இருந்தும் நீங்கள் விலக வேண்டும்!

* * *

புலிகள், தந்திரங்களை கையாளும் போது நரிகளாகவும், நீரினுள் இறங்கும் போது முதலைகளாகவும் தங்களை மாற்றிக் கொள்வதில்லை.

அவை, எப்போதும் புலிகள்தான்; எதிலும் புலிகள்தான்!

* * *

ஆடை கொண்ட மனிதன், ஆடை அற்ற மனிதனிடம் என்ன பேசுவான் என்பதை சிந்தித்துப் பாருங்கள்.

அங்கு, எண்ணற்ற கேள்விகளும் ஒரே பதிலும் இருந்திருக்கும்!

* * *

சினத்தை விட்டவனும், சினத்திற்கு விடுமுறை விட்டவனும் சாகும் வரையில் அடிமைதான்!

* * *

உலகின் எந்தவொரு தேசமும் உங்களைப் பங்கு போடவும் கூடாது; அப்படியே முழுவதுமாக தனக்கு மட்டும் எடுத்துக் கொள்ளவும் கூடாது.

அதுவே, வானம் போன்ற வாழ்க்கை!

* * *

பிறரின் எண்ணத்தில் புகுந்து உங்களை அறிஞராக காட்டிக் கொள்ள முயல்வது என்பது மிகப்பெரிய திருட்டு.

ஏனெனில், அந்த எண்ணம் உங்களுடையது அல்ல; அவரும் நீங்கள் அல்ல!

* * *

காலம் தவறி தப்பிப் பிழைப்பது என்றும் கணக்கில் சேராது!

* * *

'அவரவர் விருப்பத்தின் படிதான் கண்கள் செயல்படுகிறது' என்ற உண்மையை உணர்ந்து, அதிலிருந்து விடுபட்டால் மட்டுமே குற்றங்கள் புரிய கூடிய சூழ்நிலையிலும் உங்களால் நிரபராதியாக இருக்க முடியும்!

* * *

புரிதல் உள்ளவர்கள், தோல்விக்கான காரணத்தை கண்டறிய முயல்வார்கள்!

புரிதல் அற்றவர்கள், தோல்விக்கான காரணங்களை தேடுவார்கள்!

* * *

தமிழ்நாடு என்பது தமிழர் மண்.

தமிழ்நாடு உட்பட எல்லா இடங்களிலும் இருக்கிறது தமிழர்களின் மண்!

* * *

'விதையை விருட்சமாக விடாமல் அதை விழுங்கி உரமாக்குதல் என்பது மூடத்தனம்.'

இந்தத் தத்துவம் கொண்ட வினையையே சரியான தலைமையில் இயங்கும் தகுதியற்றவர்கள் புரிவார்கள்!

* * *

ஒரு படைப்பாளன் தன் படைக்கும் தொழிலை கைவிடுதல் என்பது முந்தைய நூறு தலைமுறைகளை மட்டுமல்ல, இனி பிறக்கப் போகும் நூறு தலைமுறைகளையும் சேர்த்து பலியிடுவதற்குச் சமம்!

* * *

வாசிப்பின் வாயிலாக உங்களால் இவ்வுலகில் உள்ள தேசங்களை பிரித்து வைத்திருக்கிற எல்லைக்கோடுகளை தற்காலிகமாக அழிக்க இயலும்.

படைப்பை படைப்பதன் வாயிலாக அந்த எல்லைக்கோடுகளை முற்றிலுமாக அழிக்க இயலும்!

* * *

கடவுளையே நமக்கு இன்னொருவர் அறிமுகப்படுத்தினால் அறிய வேண்டி இருக்கிறது!

* * *

மாவீரர். வீரப்பன் இருந்த வரையில் காவிரியில், 'கா'வும் இருந்தது.

'விரி'யும் இருந்தது!

* * *

தன்னையே தியாகம் செய்துவிட்ட ஒருவனுக்கு பேய்களால் நட்டமும் இல்லை.

தெய்வங்களால் இலாபமும் இல்லை!

* * *

ஒரு மனிதனின் வைராக்கியம் மற்றும் தன்மானத்தை 'தள்ளுபடி' என்ற சொல் தளர்த்தி விடுகிறது.

'இலவசம்' என்ற சொல்லோ வீழத்தியே விடுகிறது!

* * *

துரோகத்திற்கு எடை கணக்கு பார்ப்பது என்பது மிகப்பெரிய துரோகம்!

* * *

கரையிடம் வஞ்சகம் கொண்ட நீர் கூட பயனற்றுதான் போகும்!

* * *

மனநிலையால் மற்றும் துரோகத்தால் உண்டான தோல்விகள் அனைத்தும் தற்காலிகமே.

அதுபோலவே, மேற்கண்டவையால் உண்டான வெற்றியும் தற்காலிகம்!

* * *

'வியக்கத்தக்க ஊழல்' என்றால் என்ன?

மரம் அப்படியே இருக்கும்; வேர் மட்டும் களவாடப்பட்டிருக்கும்!

* * *

பயணம் ஒரு குரங்கு; பயணி ஒரு பறவை.

இரண்டும் எப்போது பொருந்துகிறதோ, அப்போதுதான் பலியற்ற நாட்கள் பிறக்கும்!

* * *

'நீர்' வாழும் இடமெல்லாம் 'கடற்படை தளபதி' சூசையின் புகழ் வாழும்!

* * *

ஒரு படைப்பாளனை ஒரு சமூகம் ஒரு குறிப்பிட்ட கருத்தை வற்புறுத்தி எழுத வைப்பதென்பது பலாத்காரத்தை விடவும் கொடூரமான செயல்!

* * *

"'காதலை தன் மறுபக்கமாக வைத்து வாழக்கூடிய மானுடத்தால் எவ்வாறு நியாயம் பேச முடிகிறது?' என்று எண்ணுபவனும் மறுபக்கம் கொண்டுள்ளான்" என்று எண்ணுகையில் வானிலிருந்து இறங்கிய மழைத்துளி, மண்ணைச் சேராமல் இடையிலேயே ஆவியானதைப் போல் என் மனம் பதறுகிறது!

* * *

நடக்காத ஒன்றை பேசி பேசியே மக்களை முட்டாளாக்கும் வாய்களை ஊமையாக்குங்கள்.

இயன்றால், அவர்களையும் ஊமையாக்குங்கள்!

* * *

புனைவைக் கண்டு நீங்கள் சிரிக்கும் போது உண்மை கதறி அழும்!

* * *

"அந்தச் சூழ்நிலையில் தெய்வம் வேண்டுமா? அல்லது, எந்தச் சூழ்நிலையிலும் தெய்வம் வேண்டுமா?" என்பதே மனிதன் கண்டறிய வேண்டிய ஞானம்!

* * *

இல்லாத தேசியத்திற்கு நீங்கள் வாக்களிக்காமல் இருந்து அதை தோற்கடிக்கலாம்.

இருந்தாலும், வாக்குகள் பெறும் வாய்ப்பில் அது இடம் பெற்றிருப்பதே அந்த இல்லாத தேசியம் வெற்றி பெற்றதற்கான அர்த்தமாகிறது!

* * *

சிலைக்கு அலங்காரமும் அதிகாரமும் தருவது பக்தியற்ற செயல்!

சிலைக்கு உபதேசமும் உபகாரமும் புரிவது புத்தியற்ற செயல்!

சிலைக்கு புதிர்களும் புராணங்களும் எழுதுவது கற்பனை செயல்!

சிலைக்கு முன்னால் நின்று எதிர் முழங்குதல் விற்பனை செயல்!

சிலை போல் இருப்பவர்கள், ஆலயத்தில் நுழைவது ஒவ்வாத செயல்!

ஆலயத்தில் இருப்பதை சிலையாய் எடுப்பவர்கள் பூமியில் வாழ்வதே வீணான செயல்!

* * *

தன் உணர்ச்சிகளை கட்டுப்படுத்த உபயோகப்பட்ட அழுகை தற்போது, பிறரின் உணர்ச்சிகளை கட்டவிழ்த்துவிட உபயோகிக்கப்படுகிறது!

* * *

அறியாமையின் மீதான உங்களுடைய சீரிய பார்வை சற்று குலைந்தாலும், வண்ணங்கள் முட்டாள்தனத்தின் நிறமாக வகைப்படுத்தப்பட்டு விடும்!

* * *

வல்லமை பெற்ற ஒருவனுடைய விழிகளுக்கு நூறு மொழிபெயர்ப்பாளர்கள் சேவை செய்வார்கள்!

* * *

மக்கள் எடுக்கக்கூடிய நேர்த்தியான முடிவுகளில் ஆட்சியாளர்களின் அதிகாரம் வாழ்கிறது!

ஆட்சியாளர்கள் எடுக்கக்கூடிய நேர்த்தியான முடிவுகளில் மக்களின் நம்பிக்கை வாழ்கிறது!

* * *

'இரக்கமற்றவன்' என்பவன், மனிதனை உண்ணும் சுறா மீன் அல்ல.

அந்தச் சுறாவை உண்ணும் சக மனிதன்தான்!

* * *

கொள்ளையர்களின் கூடாரத்தில் வைக்கப்பட்டிருக்கும் ஒரு தெய்வத்தின் திருவுருவப்படம் நூறு பேய்களை உற்பத்தி செய்யும்!

* * *

குற்றத்தை ஒப்புக் கொள்பவர்களைக் கூட பாராட்டி விடுங்கள்.

ஆனால், அயோக்கியத்தனத்தை ஒப்புக் கொள்பவர்களை ஒருபோதும் எக்காரணம் கொண்டும் பாராட்டி விடாதீர்கள்!

* * *

திலீபன் அண்ணனின் மரணத்தை விடவா உங்களின் மரணம் நீண்ட நெடியது!

* * *

ஒரு மண்ணில் வாழும் இரண்டு தலைமுறைகளுக்கு இடைப்பட்ட தொலைவுதான் நம்முடைய விடுதலையின் தொலைவு!

* * *

நாம் வெற்றி பெறாத வரையில்தான் எதிரி நம்முடைய வீரத்தை போற்றுவான் என்பதை ஞாபகத்தில் வையுங்கள்!

* * *

இராமன் தந்த வனவாசத்தைக் காட்டிலும், 'கவியரசு' கண்ணதாசன் தந்த வனவாசம்தான் உண்மையில் அடர்த்தி மிக்கது!

* * *

முத்தமும் இதழ்களும் ஒன்றுதானே; பரிணாமம் மட்டும்தானே வேறு.

இதை மனநிலையில் துவக்கமாக வைப்பதும் அல்லது, துவங்கிய பின்னர் ஆய்வு நிலையில் வைப்பதும் அல்லது, முடிந்த பின்னர் வருந்தும் நிலையில் வைப்பதும் உங்களுடைய பொறுப்பே!

* * *

'என்ன நோய்?' என்று கண்டறியாமலேயே மருந்து கொடுப்பதை போலுள்ளது, மாணவர்களுக்கு வழங்கப்பட்டு வரும் இன்றையக் கல்வி முறை!

* * *

ஒரு தீயவனிடம் அறவும் நிறைந்திருக்கும் சுயநலத்தைக் காட்டிலும், ஒரு நல்லவனிடம் எஞ்சியிருக்கும் சுயநலமானது மக்களை முழுமூச்சாய் அழித்து விடும்!

* * *

பாடல்களில், வரிகள் இருக்கும் வரையில் கண்ணதாசன் இருப்பார்!

பாடல்களில், இரத்தமும் வியர்வையும் இருக்கும் வரையில் 'பட்டுக்கோட்டை' கல்யாணசுந்தரம் இருப்பார்!

* * *

புயலாக இருந்தாலும், தென்றலாக இருந்தாலும் ஏதுமற்ற வெற்றிடத்தில் வீசும் போது அதற்கு அங்கீகாரம் தரப்படுவதில்லை!

* * *

ஒட்டுமொத்த அனைத்தையும் 'அண்டம்' என்ற நான்கு எழுத்திற்குள் அடக்கி வைத்தவன்தான் மனிதன்!

* * *

இலக்கினை அடைந்ததும் அடுத்ததாக பேராபத்து எப்போதும் காத்திருக்கவே செய்யும்.

அதைத் தடுக்க, அடைந்த இலக்கிலிருந்து புதிய பயணத்தை நாம் மேற்கொண்டாலே போதும்!

* * *

பெருமையும் கடமையும் வெவ்வேறான அணுகுமுறையில் பார்க்க வேண்டியவைகள் ஆகும்.

ஓட்டளிப்பது என்பது ஒவ்வொருவரின் கடமையே அன்றி, பெருமை அல்ல.

அதுவும், சரியான ஒருவருக்கு ஓட்டளிப்பதால் மட்டுமே அது கடமைக்குள் வரும். இல்லையெனில், அது குற்றத்திற்குள் வரும்!

* * *

வனத்தையே தமிழர்களுக்கு மீசையாக தரித்து தந்தவர் 'வனக்காவலர்' வீரப்பன்!

* * *

தான் எந்தத் தத்துவத்தில் இயக்குகிறேன் என்று தெளிவாகச் சொல்ல இயலாதவர்களும் மனநலம் பாதிக்கப்பட்டவர்களே!

* * *

ஈர்க்கும் சக்தியில் நீங்கள் எப்போதும் ஏன் காந்தமாய் இருக்க விரும்புகிறீர்கள்?

புவியீர்ப்பு விசையாய் இருக்க விரும்புங்கள்!

* * *

நிரூபணம் என்பது வேறு; தீர்வு என்பது வேறு.

நிரூபணத்தை தீர்வாக ஏற்றுக் கொள்கின்ற மானுடம், விரைவிலேயே சமூக அழிவைச் சந்திக்கும்.

ஆனால், தீர்வை நிரூபணம் கொண்டு ஏற்றுக் கொள்கின்ற மானுடமோ எக்காலத்திலும் சிறு சரிவைக் கூட சந்திக்காது!

* * *

பள்ளிக்கூடத்திற்கு எந்த மனநிலையில் செல்கிறீர்களோ, அதே மனநிலையோடுதான் எந்தவொரு இடத்திற்கும் பயணத்தை மேற்கொள்ள வேண்டும்!

* * *

கற்பனைக் கேள்விகளுக்கு அளிக்கப்படும் பதில்கள் பொய்யை விட போலியானது!

* * *

மன்னிக்கும் மனப்பக்குவம் கொண்டவரிடம் என்றும் பகைமையை ஏற்படுத்தி விடாதீர்கள்.

ஒருவேளை, அந்த மனப்பக்குவத்தை அவர் துறந்தார் என்றால் தாம் தம்முடைய உயிரைத் துறக்க நேரிடும்!

* * *

இறைவனின் வரத்தால் முதலில் பாதிக்கப்படுவது நல்லவர்கள்தான். ஆனால், அதே இறைவன் தன் கரங்களில் ஆயுதத்தை எடுக்கும் போது முதலில் காப்பாற்றப்படுவதும் நல்லவர்கள்தான்.

அவ்வாறெனில், அகிம்சையை கடைப்பிடிப்பது இறைவனாக இருந்தாலும் கூட நல்லவர்கள் துன்பத்தைச் சுமக்கத்தான் செய்வார்கள்!

* * *

புரட்சி புரிவதற்கு நீங்கள் தயாராக இல்லை என்றாலும் பரவாயில்லை; புரட்சி புரிய தயாராக இருப்பவர்களுக்கு உதவியாவது புரியுங்கள்.

நீங்கள் பெரிதாக ஒன்றும் செய்ய வேண்டாம்; அவர்களுடைய கருத்துகளுக்கு கை தட்டுங்கள்!

* * *

ஆயுட்கால குறைப்பை மனிதனைத் தவிர வேறு எந்தவொரு இனமும் தனக்குத்தானே செய்து கொண்டதில்லை!

* * *

திலீபன் அண்ணனைப் போன்றே ஒரு சிலர் இன்னும் பசியோடுதான் இருக்கிறார்கள்; அவர்கள், இந்தத் தமிழ்த்தேசியத்திற்காக எழுதிக் கொண்டிருக்கும் படைப்பாளிகள்.

திலீபன் அண்ணனின் பசியைப் போக்க ஒரே வழி, ஈழத்தை அமைப்பது; தமிழ்த்தேசியப் படைப்பாளிகளின் பசியைப் போக்க ஒரே வழி, அவர்களின் படைப்புகளை வாங்கிப் படிப்பது!

* * *

வாங்கும் தகுதி இருக்கையில், புத்தகங்களை உரிமையாளர் அனுமதியோடு இரவல் பெறுவதும், ஒரு வகையில் திருட்டுதான்!

* * *

* * *

பிரம்மாண்டம் என்பது ஒரு பொருட்டே இல்லையென்று, யானையின் அன்பும் தேளின் விசமும் நிரூபித்து விடுகிறது!

* * *

புலிகள் இருக்கும் இடமெல்லாம் அதன் குகை தானாகவே அமையும்!

* * *

ஒரு பொருளை அழிப்பதென்றாலும் அதை திறமையற்றவனால் மிகச்சரியாக செய்ய இயலாது!

* * *

மக்களுக்கு நம்பிக்கை ஊட்டுவது படைப்பாளிகள் வடிக்கும் படைப்புகள்.

ஆனால், படைப்பாளிகளுக்கு நம்பிக்கை ஊட்டுவது அவர்களைப் போன்ற சக படைப்பாளிகளின் திடமான வாழ்க்கை!

* * *

உங்களைப் பழிவாங்குவதற்குக் கூட தகுதியற்ற நபர்களிடம் இருந்து உங்களுடைய வீரத்திற்கான சான்றிதழை எதிர்பார்க்காதீர்கள்!

* * *

எல்லாவற்றையும் இழந்த பிறகும் மகிழ்ச்சியாக இருக்க உங்களால் முடிகிறது என்றால்,

அதையே, காதல் என்கிறோம்!

* * *

"மீனவர்களால் சிறைபிடிக்கப்பட்ட மீன்களை விடுவிக்கவே படகுகள் கவிழ்க்கப்பட்டது" என்ற கூற்றுக்கு நிகரானது, 'தோழமைச் சுட்டுதல்' என்றப் பெயரில் நீங்கள் சமூகநீதியின் மேல் கடைப்பிடித்து வரும் கருணை!

***

எதிர்பார்ப்பு இல்லாத வாழ்க்கையை ஒரேயொரு முறை நேசித்துப் பாருங்கள்,

உங்களுடைய உயிர் கூட உங்களுக்குப் புதையலாகத் தெரியும்!

***

நேரம் பொருத்து திறக்கப்படும் மற்றும் அடைக்கப்படும் பூங்காக்கள், மனித இனம் தன்னுடைய தற்கொலையை தவணை முறையில் தவிர்த்து வருவதைக் குறிக்கிறது!

***

உங்களால் கைவிடப்பட்ட இயற்கையின் வாரிசுகள் ஏதோவொரு நாள் உங்களுடைய கரங்களைப் பற்றிக் கொள்ள உங்களை நோக்கி நெருங்கி வர முயல்கையில் அதை நிராகரித்து விடாதீர்கள்.

அது, நீங்கள் நடுக்கடலில் தத்தளித்துக் கொண்டிருக்கையில் உங்களைக் காப்பாற்ற வருகின்ற இறுதி தோணியைப் போன்றது!

***

மிகுந்த நேர்மையோடு, உண்மையில் உதவி பெறுவதற்கு தகுதியான நபர் ஒருவருக்கு நீங்கள் புரியும் ஒரு உதவி கூட பல குற்றங்களை தடுக்க வல்லது!

***

<u>வீண்!</u>

வாய் விட்டு வெளிவராத மொழிகளும் வீண்!

மார்க்கத்தை தெளிவாய் உரைக்காத மந்திரங்களும் வீண்!

கோபத்தை அறவே நீக்கிடாத நகைச்சுவைகளும் வீண்!

ஆதிக்கத்தை வேரறுக்காத மன்றங்களும் வீண்!

மடத்தனங்களை அறவும் ஒழித்திடாத மடங்களும் வீண்!

கொடும்பசியை அடக்கிடாத முடிகளும் வீண்!

சிலை போல் கூண்டுக்குள் இருக்கும் சித்தாந்தங்களும் வீண்!

உயிர்மூச்சாய் உலவிடாத உரிமைகளும் வீண்!

மக்களுக்காய் பிறந்து விட்டு மற்றவை மேல் நாட்டம் கொள்ளும் கதைகளும் வீண்!

* * *

மகிழ்ச்சியை ஏதேனும் ஒரு காரணத்திற்குள் நீங்கள் ஒளித்து வைத்திருந்தால், எந்தவித காரணமின்றி மகிழ்ச்சி ஒருநாள் உங்களைத் தேடி வரும் போது அதை நீங்கள் நிராகரிக்க நேரிடும்!

* * *

விலை கொடுத்து சிரிப்பை பெறுவது என்பது பேயாளுகின்ற நாட்டில் கூட நடக்கக் கூடாத காரியம்!

* * *

அதிகாரத்தின் உள்ளிருக்கும் இயலாமை என்பது, மக்களால் ஏற்றுக் கொள்ளப்பட்ட ஊழலால் உண்டாகிறது!

அதிகாரத்தின் முன் நிற்கும் இயலாமை என்பது, மக்களால் வழங்கப்பட்ட ஊழலால் உண்டாகிறது!

✳ ✳ ✳

மறுபக்கம் என்ற வார்த்தை, தூய்மை என்ற பொருளுக்கு எதிரான அர்த்தத்தையே குறிக்கும்!

✳ ✳ ✳

பாரபட்சத்தை தொலைத்திடவே நாம் கோவிலுக்குச் செல்கிறோம். ஆனால், அங்கே நாம் பாரபட்சத்தை தொலைப்பதற்கு பதிலாக, தெய்வங்களுக்கு இடையிலேயே பாரபட்சத்தை உண்டாக்கி விடுகிறோம்.

ஆம். மூலவர் சிலை தவிர்த்து மற்ற சிலைகளுக்கு அங்கே நாம் தரும் மதிப்பு குறைவுதான் என்பதை நாம் ஒப்புக் கொள்ளத்தான் வேண்டும்!

✳ ✳ ✳

ஆசீர்வதிக்கப்பட்ட வன்முறைகளை கையாளுவதில் எந்தவித தவறும் இல்லை!

✳ ✳ ✳

அந்தச் சிறுவனின் பிறந்தநாள், பல ஆண்டுகளுக்குப் பிறகும் 'சிறுவன்' என்று பெயர் சுட்டி கொண்டாடப்படுவது வேதனைதான்.

ஆம். அவன், வேலுப்பிள்ளை பிரபாகரன் பெற்ற பிள்ளை!

✳ ✳ ✳

உணவு, உடை, இருப்பிடம் என்ற மூன்று அடிப்படை உரிமைகளையும் பெற்று விட்ட ஒருவனை மற்றவருடன் ஒப்பிட்டு 'வசதியை அனுபவித்தல்' என்ற அளவுகோலின் அடிப்படையில் அவனை 'எளிமையானவன்' என்று சொல்வது அத்தனைப் பெரிய மானுடத் துரோகம்!

* * *

நல்ல ஆன்மாக்களின் வேதனைக்கு காரணமானவர்களை இயற்கையானது தன்னை அனுபவிக்க விடாமல் சிறுகச்சிறுக கொல்லும்!

* * *

மறைந்து தோன்றும் கதிரவனில் மாசு இல்லை என்பது உண்மையானால், தோற்ற காதலுக்குப் பின் தோன்றும் அந்தக் காதலிலும் மாசு இல்லை என்பதும் உண்மை!

* * *

சமூகக் கருணைக்கும், தனிமனித இழப்பிற்கும் இடைப்பட்ட தொடர்பானது மனிதனைத் தவிர்த்து மற்ற இனங்களால் உண்டாக்கப்பட்டது என்றால் அங்கே மானுடத்தின் விதிமீறல்கள் செயல்படுத்தப்பட்டுள்ளது என்று அர்த்தம்!

* * *

ஒரு நிலத்திற்கு தேவையற்ற ஒன்றில் சிறந்து விளங்குபவர்களை ஒரு பேச்சுக்கு கொண்டாடுவது என்பது கூட பெருங்குற்றம்!

* * *

நாம் ஒருவரின் திறமையை மதிக்கிறோம் என்ற பெயரில் உயிரை அவமானம் செய்கிறோம். அதேநேரத்தில், இதை உணர்ந்து உயிரை மதிக்கிறோம் என்ற பெயரில் அர்ப்பணிப்பை அவமானம் செய்கிறோம்.

நாம் மதிக்க வேண்டியது உயிரை முன்னிருத்திய அர்ப்பணிப்பு மற்றும், உயிரை துச்சமென கருதிய திறமை!

* * *

போட்டியில் வெற்றி தோல்வி என்பது வாடிக்கையாக நிகழக்கூடிய ஒன்றுதான்.

ஆனால், யுத்தத்தில் வெற்றி தோல்வி என்பது பிற நாடுகள் வேடிக்கை பார்ப்பதால் உண்டாகக் கூடியது!

* * *

பேசுகையில் ஒரு மனிதரின் ஆற்றலை சிறிதும் குறைத்திடாத மொழிகளே போற்றத்தக்கது!

* * *

சமூகத்தில் நிலவும் முரண்பாடுகளில் இருந்து ஒதுங்கி தனித்து சுய ஒழுக்கத்தை பேணி நிற்கும் குடும்பங்கள் சிறந்த தோட்டக்காரர்களை உருவாக்கி விடலாம்.

ஆனால், ஒருபோதும் சிறந்த விவசாயிகளை உருவாக்கிடாது!

* * *

ஒதுக்கிய நபர்களின் மீது அனுதாபம் கொள்ளுங்கள்.

ஒதுக்கியதற்கான காரணத்தின் மீது பெருங்கோபம் கொள்ளுங்கள்!

* * *

சகிப்புத்தன்மையை விட இரசிக்கும் மனப்பான்மை மிகவும் ஆபத்தானது.

இல்லையென்றால், காதல் கவிதைகளை படைக்கும் பாவலர்கள் யாவரும் அதற்கு இணையாக சமூகக் கவிதைகளையும் படைத்திருப்பார்களே!

* * *

உங்களிடம் உதவி கேட்டு வருபவர்களை இறைவன் அனுப்பிய தூதுவராக எண்ணிக் கொள்ளுங்கள்.

ஏனெனில், அவர்கள் உங்களுக்கு ஏதோ ஒரு விதத்தில் உதவி புரிவதற்கான ஒரு 'வாய்ப்பை' வழங்குகிறார்கள்!

* * *

வலிமை மிக்க ஆயுதத்தைக் கொண்டிருந்தும் அதை சரியான முறையில் பயன்படுத்தத் தெரியாதவன் அந்த யுத்தம் முடிவதற்குள் எவ்வாறாயினும் ஒரு வாய்ப்பை தன் எதிரிக்கு அளித்து விடுவான்!

* * *

உண்மையைச் சொல்லப் போனால், அடையாளப்படுத்தப்பட்ட குற்றவாளிகள் அனைவரும், உங்களைப் போன்ற அடையாளப்படுத்தப்படாத குற்றவாளிகளால் நிராகரிக்கப்பட்டவர்களே!

* * *

நிரந்தர தீர்வின் மகத்துவத்தை அறிந்திட ஒரு போரை வழிநடத்துங்கள்!

* * *

இரசிக மனப்பான்மையில் நீங்கள் ஏற்றுக்கொள்ளும் எவையும் உங்களுக்கு உரியது அல்ல.

அது, உங்களுடைய பகைவனுக்கு உரியது!

* * *

மூலவராய் இறைவனை தம் மனத்துள்ளே நிறுத்தியவர் வையத்தார்க்கு ஆலயமாவார்!

* * *

மீன்களை வாழ வைக்கும் நீர்தான் தூண்டிலுக்கும் வழிவிடுகிறது!

* * *

விடுதலையை விரும்பாதவன் பார்வையில், விடுதலையை விரும்புபவன் கூட 'தீவிரவாதி'தான்!

* * *

நிராகரிப்பை விட அதற்கான காரணங்கள் கொடியதாய் இருக்கிறது!

* * *

மழை, தன் பரிமாணங்களிடம் ஊழல் புரிந்தவர்களை சரியாக அடையாளம் காட்டி விடுகிறது!

* * *

"மிகவும் மென்மையானவர்கள்தான் தற்கொலை செய்து கொள்கிறார்கள்" என்று கூறுகிறீர்களே,

எந்தவொரு பூவும் தற்கொலை செய்து கொண்டு இதுவரை நான் கண்டதில்லை!

* * *

<u>கார்த்திகைப் பூக்கள்!</u>

இந்தப் பூக்கள் உலகிலேயே வித்தியாசமானது.

உதிர்ந்த பின்புதான் மலர்கிறது; மடிந்த பின்புதான் வாழ்கிறது!

* * *

முருகன்; திருவள்ளுவர்; திருமால்; பிரபாகரன்!

இறையோன்; மறையோன்; மாயோன்; தலையோன்!

வேழம்; காலம்; மேகம்; ஞாலம்!

குன்று; குறள்; குழல்; குகை!

உலோகம்; பனை; மூங்கில்; மூளை!

வீரம்; புலமை; விவேகம்; யாவும்!

தமிழ்; தமிழ்; தமிழ்; தமிழ்!

* * *

<u>மூவேந்தர்கள்!</u>

சேரர்கள்; சோழர்கள்; பாண்டியர்கள்!

சிலையோன்; கலையோன்; மொழியோன்!

* * *

நாம் ஆண்டாண்டு காலமாக வளர்த்து வரும் பெரும் நெருப்பின் மீது சில கொடுங்கோலர்கள் எச்சில் துப்புகிறார்கள். அதைக் கண்டு நமக்கு கோபம் வருகிறது; நெருப்பின் புனிதம் அவமதிக்கப்படுகிறதே என்று நம் மனம் குமுறுகிறது.

ஆனால், நெருப்பின் புனிதம் அந்த எச்சிலால் கெடுவதில்லை; அந்த எச்சிலால் தன்னை அணைத்துக் கொண்டால் மட்டுமே நெருப்பின் புனிதம் கெட்டுப்போனதாக அர்த்தம்!

* * *

எதிர்காலத்தில் கூடிய விரைவில் ஊரெல்லாம் ஒரு தெய்வத்தின் சிலை நிறுவப்படும். அதன் கரங்களில் திரிசூலம், சாட்டை, வேல் போன்ற ஆயுதங்களுக்குப் பதிலாக துவக்கு நிறுவப்படும்.

ஆம். அவர் தலைவர் பிரபாகரன்!

* * *

கேள்வி கேட்க தகுதியுடையவர், பதில் சொல்வதற்கு கடமைப்பட்டவர்.

அதுபோலவே, பதில் சொல்ல அழைக்கப்பட்டவர் கேள்வி கேட்பதற்கும் உரிமையுடையவர்!

* * *

உங்களுடைய வீணான சொற்கள் அனுபவித்த நேரங்கள்தான், இந்த மண்ணில் உங்களின் ஆன்மா செலுத்திய கொடுங்கோல் ஆட்சியின் கால அளவு!

* * *

தலைவர் பிரபாகரன் உதித்த திசையை நோக்கி வணங்குகிறோம்.

தலைவர் பிரபாகரனை வணங்கும் கரங்கள் குடிகொண்டிருக்கும் திசைகளையும் வணங்குகிறோம்!

* * *

வாழ்வை அர்த்தப்படுத்திக் கொள்வதற்காக பயணத்தை மேற்கொள்ளுங்கள்; நிம்மதி தேடி அல்ல.

ஒருவேளை, வெறும் நிம்மதி கொள்வதுதான் உங்களுடைய நோக்கமென்றால் அது சக மனிதனிடம் நீங்கள் கடைப்பிடிக்கும் தீண்டாமையை விட மிகக்கொடியது!

* * *

<u>மாவீரர் உறுதிமொழி!</u>

உறுதியான மொழியால் உறுதி மிக்க மனங்களிலிருந்து வெளிப்படும் ஓர் உயர் மிகு குணம் ஆகும்!

* * *

வட கிழக்கு (ஈழம்) பருவமழை தள்ளிப் போகலாம்.

ஆனால், ஒருபோதும் மரித்துப் போவதில்லை!

* * *

ஒளி என்பது அனைத்தையும் அழிக்க வல்லமை படைத்த பெரும் நெருப்பின் அறம்!

* * *

ஆக்கும் போது 'கலை'; அழியும் போது 'சுவை'; உரமாகும் போது 'நலன்'.

ஒரு சிறந்த உணவு பெற்றிருக்கும் இவை மூன்றையும் மனிதர்களும் பெற்றிருக்க வேண்டும்!

* * *

ஒரு பெண் மீதான கவிதைகள் அழகை மட்டும் மையப்படுத்தியும், ஒரு ஆண் மீதான கவிதைகள் வீரத்தை மட்டும் மையப்படுத்தியும் ஆற்றுவது என்பது தமிழுக்கு இழைக்கப்படும் மிகப்பெரிய அநீதி!

* * *

அர்த்தமற்ற பெயர்கள் என்று எதுவுமில்லைதான்.

ஆயினும், உணர்தல் பொறுத்து அர்த்தமற்ற பெயர்கள் சூடியவர்கள் காற்று நிறை கூட்டம்.

உணர்தல் பொறுத்து அர்த்தமுள்ள பெயர்கள் சூடியவர்கள் விழி நிறை கூட்டம்.

வாழ்தல் பொறுத்து தாம் சூடிய பெயருக்கே அர்த்தம் தந்தவர்கள் சுட்டு நிறை கூட்டம்!

* * *

நாத்திகத்தில் 'கடவுள் மட்டுமே இல்லை' என்று எண்ணி விடாதீர்கள்.

நாத்திகத்தில் எதுவுமே இல்லை!

* * *

மனிதன் கட்டமைத்து வைத்ததுதான் மனிதனைக் கொல்லும்!

* * *

சமத்துவம் இல்லாத தேசத்தில் 'சேமிப்பு' என்பது கூட வன்முறைகளை தூண்ட வல்லது!

* * *

தற்கால அரசியலில் அடிமைகளும் அதை ஆள்பவர்களும் ஒரே மேடையில் போடப்பட்ட நாற்காலிகளில் அருகருகே அமர்ந்திருக்கிறார்கள்!

* * *

நிமிர்ந்து நிற்கும் கலை என்றும் தன் கலைஞனை நிமிர்த்தி தன்னோடு நிலை நிறுத்தி வைத்திருக்கும்!

* * *

நூறு பாவலர்கள் ஒருவரையொருவர் சந்தித்த பின்பும் அங்கே போர் நிகழாது இருக்கிறதென்றால்,

ஒன்று, அனைவரும் பாவலர்கள்; அல்லது, அனைவரும் அயோக்கியர்கள்!

* * *

எதிரிகளை அமைத்துக் கொள்ளும் வகையும், எதிரிகளை தண்டிக்கும் முறையுமே நம்மை எதிரிகளையும் வணங்கத் தூண்டும்!

* * *

கதவற்ற செவிகளுக்கு மட்டுமே தன் இதழ்களுக்கு சாகா வரம் அருளக்கூடிய சக்தி உண்டு!

* * *

செத்தவர்களுக்கு மூச்சுக்காற்று எவ்வாறு அவசியமில்லையோ அதுபோலவே, 'சமரசம்' (சமாதானம் அற்றது) என்ற ஒரு வார்த்தையை மட்டுமே உயிராய்க் கொண்டுள்ள மனிதர்களுக்கு நாடு இனம் மொழி என்று எவையும் தேவையில்லை.

அதாவது, அவர்களிடமிருந்து அந்த அடையாளங்களைப் பறித்து அவற்றை நாம் பாதுகாக்க வேண்டும்!

* * *

வறுமையில் காதல் மிகவும் செழிப்பாய் இருக்கும்!

* * *

நட்பு வட்டாரத்தில் நாம் பயன்படுத்திய வார்த்தைகள் அனைத்தும் இன்று ஒவ்வொரு கட்சிகளுக்கான அடையாளமாய் மாறியதில் கூட பிரச்சனை இல்லை;

ஆனால், அதை மீண்டும் நம்முடைய நட்பு வட்டாரத்தில் கொண்டு வந்து பயன்படுத்த முடியவில்லை என்பதுதான் தீவிரமான பிரச்சனை!

* * *

வினையின் விளைவுகளுக்கு பொறுப்பேற்க மனதுள்ளவர்களுக்கு மட்டுமே கட்டளைகள் இடும் அதிகாரத்தை மக்களாகிய நாம் வழங்க வேண்டும்!

* * *

உடலை உங்களிடமும், மனதை புத்தகங்களிடமும் ஒப்படையுங்கள்!

* * *

இவ்வாறெல்லாம் வாழ்க!

நிலம் கொள்ளும் பயணமாய் பிறப்பெடுங்கள்!

நெருப்பு கொள்ளும் பயணமாய் வளருங்கள்!

நீர் கொள்ளும் பயணமாய் பழக்கம் கொள்ளுங்கள்!

காற்று கொள்ளும் பயணமாய் புகழ் படுங்கள்!

பறவை கொள்ளும் பயணமாய் உழையுங்கள்!

விலங்கினம் கொள்ளும் பயணமாய் சூழல் பேணுங்கள்!

வானம் கொள்ளும் பயணமாய் வையகம் ஆளுங்கள்!

***

எல்லோராலும் இசையின் மூலமாக மற்றவர்களுக்கு ஆனந்தத்தை தர இயலாதுதான்.

ஆனால், எல்லோராலும் மற்றவர்களுக்கு ஆனந்தத்தை தர இயலும்!

***

புத்தக வாசிப்பு என்பது நாம் நிதானமாக இருக்கிறோமா?, இல்லையா? என்பதை ஆய்வு செய்கிறது.

அதோடு, நமக்கு நிதானத்தையும் போதிக்கிறது!

***

உலகிற்கு எதிரானவர்களையே 'மூடர்கள்' என்று நாம் வரையறை செய்திருக்க வேண்டும்.

ஆனால், நாம் மனிதர்களின் நவீன கால பழக்க வழகக்கத்திற்கு எதிரானவர்களை 'மூடர்கள்' என்று வரையறை செய்து வைத்திருக்கிறோம்!

* * *

அதீத வலியில் மனிதனானவன் அமைதி ஒன்றுக்கு மட்டுமே ஆசைப்படுவான்!

* * *

ஒரு தேசத்தின் கடன் சுமை இயற்கையால் அதிகரிக்கிறது என்றால், அங்குள்ள அரசாங்கம் இயற்கைக்கு எதிரானது என்று அர்த்தம்!

* * *

'ஆன்மா செத்துப் போகாமல் இருக்க உடல்தான் உதவுகிறது' என்ற தத்துவத்தை மறவாதீர்கள்!

* * *

முகம் தெரியாத கொடிய நபர்கள் நமக்கு அதிகாரிகளாக இருப்பது என்பது கழுவேற்றத்தை விடவும் கொடிய தண்டனை!

* * *

நமக்கு தொந்தரவு தராமல் இருப்பவர்கள் அனைவரும் கடவுள்தான்.

ஆகையால், நாம் கடவுளாக பிறருக்கு தெரிவதற்கு நாமும் யாரையும் தொந்தரவு செய்தல் கூடாது!

* * *

நாய்களை 'இழி பிறவி' என்று கூறாதீர்கள்.

ஏனெனில், நாய்கள் மனிதர்களைப் போல் நிவாரணம் பெற நிர்பந்தம் செய்தவர்களிடமே நிவாரணம் பெறுவதில்லை!

* * *

"பாதிக்கப்படாதவன் எதையும் எளிதில் கடந்து சென்று விடுகிறான்" என்றக் கூற்றை 'சமூக அலட்சியம்' என்ற பொருள் கொண்டு நான் வகைப்படுத்தி விடுகிறேன்;

ஆனால், பாதிக்கப்படாதவன் பாதிக்கப்பட்டோரையும் எளிதில் கடந்து வரச் சொல்வதை எந்தவித அலட்சியமாக நான் கருதுவது?; அல்லது, எவ்வாறு அதை வகைப்படுத்துவது?

* * *

தமிழராய் பிறந்தவர்கள் பெருமை கொள்ளுங்கள்.

தமிழ் நிலத்தில் வாழ்பவர்கள் பெருமை கொள்ளுங்கள்.

பிழையின்றி தமிழ் மொழி பேசுபவர்கள் பெருமை கொள்ளுங்கள்.

ஆகையால், தமிழும் தமிழரும் தமிழ்நிலமும் பெருமை படும்படி வாழுங்கள்!

* * *

வீரம் என்பதே பூக்களால் நிறைந்ததுதானே!

* * *

நோய் கொண்ட உடலுக்கு உண்மையானது தெளிவாய் தெரியும்!

* * *

155

உங்களுடைய முன்னோர்களின் வரலாறுகளை சுமந்து கொள்ளுங்கள்.

வரலாறு, உங்களையும் சுமந்து கொள்ளும்; செல்லும்!

* * *

சக மனிதனின் இறப்புக்கு உங்களுடைய வினை காரணமாக அமைவது என்பது, அந்த மனிதனை உண்ட வினைக்கு ஒப்பானது!

* * *

இராச இராச சோழனின் பெயர் நிலைக்கும் வரையில் தமிழர்கள் இருப்பார்.

தமிழர்களின் இருப்பு நிலைக்கும் வரையில் இராச இராச சோழனும் இருப்பார்!

* * *

இராச இராச சோழன்!

ஐப்பசி சதயத்தில் உதித்தெழுந்த ஐயன்.

கூடன் விழா கோபுரம் தந்தருளிய தமிழன்.

விழி காண் திசையெல்லாம் வாள் வீசிய வேலன்.

வழி காண் எப்புலத்தோரும் போற்றி வணங்கும் இராச இராச சோழன்!

* * *

நீங்கள் உயிருள்ள புத்தன் சிலையை நிறுவுவதாக கூறிவிட்டு, உயிரற்ற புத்தன் சிதையையே நிறுவுகிறீர்கள்!

* * *

அழுதுகொண்டே எந்தவொரு வினையையும் ஆற்றாதீர்கள்.

ஏனெனில், அந்த வினையின் முடிவு இன்னும் உங்களை அழ வைக்கலாம்!

* * *

கண்கலங்க வைத்த தருணத்தில் கைவிடப்பட்ட சவால்கள் அந்தக் கண்ணீரைத் துடைப்பதற்குப் பெயர் 'கோழைத்தனம்'!

கண்கலங்க வைத்த தருணத்தில் விடப்பட்ட சவால்கள் அந்தக் கண்ணீரைத் துடைப்பதற்குப் பெயர் 'மாவீரம்'!

* * *

'நிர்வாணத்தை குடைகள் மறைக்கிறது' என்ற நம்பிக்கையை மக்களாகிய நாம் ஆட்சியாளர்களுக்கு தருவதால்தான் பேரிடர்கள் காலத்தில் இறைவனாகவும், கொண்டாட்டத்தின் போது சாத்தானகவும் அவர்கள் வேடம் அணிந்து கொள்கிறார்கள்!

* * *

இங்கு, அநீதியும் கையில் எடுத்து பரிசோதிக்கப்பட்ட பின்னரே நீதி வழங்கப்படுகிறது.

அநீதியின் சுவாசம் இல்லாமல் தனித்தியங்கும் நீதியே உண்மையானது!

* * *

கலப்படம் கலந்த உணவின் ருசியில் நாம் கலப்படத்தை மறந்து விடுகிறோம்!

* * *

புதிரான கேள்விகள் கேட்கும் மனிதர்களை அறிஞர்கள் என்றும், புதிரான முறையில் விடையளிக்கும் மனிதர்களை பாவலர்கள் என்றும் நம்மில் அநேகம் பேர் நம்பிக் கொண்டு இருக்கிறோம்!

* * *

ஒரு மண்ணுக்கு சம்பந்தமில்லாத தத்துவத்தின் ஆட்சி வினையின் இரத்தினச் சுருக்கம் என்பது, புலிகளுக்கு வேட்டையாட கற்றுத் தருவதைப் போன்றது.

அந்த வினையால் எதிர்காலத்தில் உண்டாகும் பயன் என்பது, புலி முடமாவது!

* * *

உங்களுடைய தனித்திறமை என்பது உங்களுக்கு இறைவன் தந்த வரங்கள் போன்றது.

ஆனால், உங்களுடைய சுயநலத்திற்காக இறைவன் தந்த வரங்களை நீங்கள் சாபங்களாக மாற்றிக் கொண்டு இருக்கிறீர்கள்!

* * *

இருப்பைவகளுக்கு மட்டுமல்ல,

இறந்தவைகளுக்கும் எது மகிழ்ச்சியை தருமோ அதையே நாம் பண்டிகையாக கொண்டாட வேண்டும்!

* * *

ஓர் தேசத்தின் விடுதலைக்கு ஒரு ஆணின் பங்கு 'புரட்சி' என்றால், ஒரு பெண்ணின் பங்கு 'கல்வி கற்றல்'!

* * *

தமிழ்த்தேசியத்தின் 'ஆயுத' எழுத்துதான் தோழர். தமிழரசன்!

* * *

எதிரி கூட குறிப்பிட்ட இடங்களில் குறிப்பிட்டவருக்கு நண்பனாக இருக்கக்கூடும்.

ஆனால், துரோகி எல்லா இடங்களிலும் எல்லோருக்கும் துரோகிதான்!

* * *

நீங்கள் பாதுகாக்கக்கூடிய மற்றும் உங்களைப் பாதுகாக்கக்கூடிய சட்டங்களின் நிலையை ஒரேயொரு புகைப்படம் கூட விளக்க வல்லது!

* * *

பணக்காரர்கள் தங்களுடைய வாழ்வை எவ்வாறு கழிக்கிறார்கள் என்பதிலிருந்துதான் இந்த உலகம் 'எளிமை' என்ற தத்துவத்தை வகுத்து வைத்திருக்கிறது.

எளிமை என்ற உண்மையான தத்துவத்திற்கு இதைவிடப் பெரிய கலங்கத்தை நம்மால் ஏற்படுத்த இயலாது!

* * *

சனநாயக தேசத்தில் இறைவனைக் காட்டிலும் மக்களிடம் அதீத ஆற்றல் குடி கொண்டிருக்கும்!

* * *

கம்பீரம்தான் உண்மையில் அழகு; உண்மைதான் உண்மையில் கம்பீரம்.

ஆகவே, உண்மைதான் உண்மையான கம்பீரமும் அழகும்!

* * *

நவீனக் கருவிகளுக்கு அப்பாற்பட்ட சமத்துவம் மட்டுமே அங்கீகரிக்கப்பட வேண்டும்!

* * *

வன்மம் உங்களுடைய ஆயுளை குறைத்து விடும் என்பதெல்லாம் இரண்டாம் விடயம்.

வன்மம் கொண்ட உங்களை உங்களுடைய மண்ணே 'தேடப்படும் குற்றவாளிகள்' பட்டியலில் சேர்த்து விடும் என்பதே நீங்கள் கருத்தில் கொள்ள வேண்டிய முதல் விடயம்!

✳ ✳ ✳

பேய்களின் மீதான பயத்தை ஒழிக்க நாம் பேய்களை ஒழிக்க வேண்டும்.

ஆனால், அதை விடுத்து பேய்களுக்கு அலங்காரம் செய்து அதன் மீதான பயத்தை போக்கிக் கொள்கிறோம்!

✳ ✳ ✳

இரண்டு வகையான 'கடிதம் விடு தூது' உண்டு.

ஒன்று, நினைவுகளைச் சுமந்திருக்கும்; மற்றொன்று, முட்டாள்தனத்தை சுமந்திருக்கும்!

✳ ✳ ✳

நிழல் உங்களுக்கு இளைப்பாற கற்றுத் தருகிறது.

ஆனால், வெயில்தான் உங்களை நெடுந்தூர பயணத்திற்கு அழைத்துச் செல்கிறது!

✳ ✳ ✳

போதை ஏறிய நாவிற்கு இழவின் விருந்தும் திருமணத்தின் விருந்தும் ஒரே ருசியைத்தான் காட்டும்!

✳ ✳ ✳

நம்பிக்கை ஊட்ட உயிர்த்தெழுவதும், நம்பிக்கைக்காக உயிர்த்தெழுவதும் என இரண்டு வெவ்வேறு நோக்கங்களும் ஒரே மனிதனுக்குள் குடி கொண்டுள்ளது!

* * *

அடிவாரத்தை இழந்த மலைகள் நம்முடைய நடமாட்டத்திற்கு பயன்படலாம்.

ஆனால், இலக்கிற்கு பயன்படாது!

* * *

பல தேசங்களுக்கு தலைநகராய் விளங்கிய தஞ்சை இன்று, ஒரு தலைநகருக்கு கீழ் ஒரு நகராய் விளங்குவதை நினைக்கையில் உங்களுக்கு துளி அளவு கூட விழிப்புணர்வு எழவில்லையா?

* * *

இறைவனால் கூட காப்பாற்ற இயலாத தருணங்களில் நீங்கள் கொண்ட தலைவன்தான் உங்களைக் காப்பாற்றுவான்!

* * *

இரவின் நிழல் என்பது மிகவும் இருட்டு நிறைந்தது அல்ல.

அது, புன்னகைக்குள் ஒளிந்திருக்கும் மகிழ்ச்சி போலவும், அழுகைக்குள் ஒளிந்திருக்கும் உணர்ச்சி வெளியேற்றம் போலவும் உன்னதமானது!

* * *

புலிகள் விளையாடும் போது கூட அதன் தன்மை சற்றும் மாறுவதில்லை.

ஆம். விளையாடிக் கொண்டுதான் இருக்கிறது என்ற காரணத்தினால் ஆடுகள் அதன் அருகில் செல்ல முற்படுமா?

புலிகளைப் பொறுத்தவரையில் இரை என்றும் இரைதான்!

* * *

அடைக்கலத்தை இழந்தவன் சொந்த நிலத்தில் வாழ்ந்தாலும் அவன் அகதிதான்!

* * *

காற்றில் அசையும் மயிர் சிலருக்கு அழகு.

சிலருக்கு அவலட்சணம்!

* * *

தூக்கம் வருகிற நேரம் தூங்குவது போல், எழுத்தும் அப்படியே எழுதப்பட வேண்டும்.

ஏனெனில், இரண்டிற்கும் வற்புறுத்தல் ஆகாது!

* * *

உண்மையில் நடந்த குற்றங்களை எத்தனை ஆண்டு காலம் கழித்து நினைவுபடுத்தினாலும் அது 'அவதூறு' கணக்கில் சேராது.

ஆயினும், அவதூறுக்கு உரியவரை வீழ்த்த வேறு பல காரணங்கள் கருத்தியலோடு அணிவகுத்து நிற்பின் அதை பயன்படுத்துவது மிகவும் சிறப்பானது!

* * *

வாசிப்பில் மூழ்குங்கள்.

அது, எந்தவொரு கூட்டத்திலும் உங்களுக்கு மூச்சு முட்டலை உண்டாக்காது!

* * *

யார் வணங்கத் தகுந்தவர் என்று அவர் வாழ்ந்த வாழ்வைக் கண்டால் தெரியும்.

வணங்கத் தகுந்தவரை யாரெல்லாம் வணங்கலாம் என்று அவர் கொண்டிருந்த கொள்கையை ஆய்ந்தால் தெளியும்!

தேவர் திருமகன் எதையெல்லாம் எதிர்த்தாரோ அதையெல்லாம் கொள்கையாய் கொண்டவர்கள் பசும்பொன் செல்லாமல் இருந்தால் சிறப்பு.

நம் மூலவரை தமிழ்த்தேசியம் மலர்தூவி வணங்கச் செய்தலே நம் பொறுப்பு!

* * *

தற்கொடை என்பது மூங்கில் போல் இசைக்காக புல்லாங்குழலாக பரிணாமம் அடைவதே!

* * *

தன்னுடைய ஆபத்தான நிலையில் மட்டும் பிற தேசத்தின் நலனை கருத்தில் கொள்ளும் தேசம், எத்தனை படிப்பறிவு பெற்ற மக்களைக் கொண்டிருந்தும் அது படிப்பறிவற்ற தேசமே!

* * *

காதலனோ அல்லது, காதலியோ இல்லாமல் இருந்தும் காதலிக்கத் தெரிந்தவர்கள் புண்ணியர்கள்.

ஏனெனில், அவர்களுக்கு பிரிவு என்பது எப்போதும் நிகழாது!

* * *

மனம் சொல்லித்தானே குற்றங்களை உடல் புரிகிறது.

நீங்கள் தண்டனை தரும் போதாவது மனதிற்கு தரலாமே; ஏன் உடலுக்கே தருகிறீர்கள்?

* * *

நல்லவன் ஆளும் பூமி, பகைவர்க்கும் பசியாற்றும்!

* * *

உடன்படிக்கை அற்ற பாசம் அவ்வளவு அழகானது!

* * *

புத்தகங்களை மட்டும் ஏன் ஒரு தேசம் ஆயுதவழியைப் பயன்படுத்தி மக்களிடம் கொண்டு சேர்ப்பதில்லை?

* * *

ஒருவரை காண இயலாத அளவிற்கு உருச்சேதம் செய்தவர் யார் என்று அறிந்திருந்தும் நாம் கண்டும் காணாமல் இருக்கும் போது நரகம் கூட நம் வருகையைக் கண்டு பயந்து தன் கதவுகளை இறுக்க அடைத்துக் கொள்ளும்!

* * *

கடவுள் தன் கையில் பிடித்திருக்கும் பேனாவிற்கு 'படைப்பாளன்' என்று பெயர்!

படைப்பாளன் தன் கையில் பிடித்திருக்கும் பேனாவிற்கு 'செங்கோல்' என்று பெயர்!

* * *

<u>வெண்ணிக்காலாடி!</u>

பெரும் வலியிலும் கடமை வழி மாறாதவர்.

குடல் சரிந்து இருந்த போதும் தலை சரியும் முன்னே தகவலைச் சேர்த்தவர்.

அந்த நேரத்தில் உதவியது வெண்ணிக்காலாடியின் தலைப்பாகை.

தக்க நேரத்தில் பூலித்தேவருக்கும் அதுதான் தலைப்பாகை!

* * *

நாம் பிறக்கும் போது என்னென்ன இருந்ததோ, அது நம்மை கட்டமைக்கும்.

ஆனால், நம் இனம் பிறக்கும் போது என்னென்ன இருந்ததோ, அதுவே நம்மை நிலைக்க வைக்கும்!

* * *

<u>வாளுக்கு வேலி அம்பலம்!</u>

தமிழ் உயிர் பயிருக்கு வேலி.

தமிழர் பகைமையை அழிக்கும் கூர்வாள்!

* * *

<u>மருதிருவர்!</u>

அந்நியர்கள் எவர் வரினும் அவர்களின் அங்கங்கள் பிளப்பர்.

அடைக்கலம் தேடி எவர் வரினும் அவர்களை அரவணைப்பர்.

தமிழர் வீரத்திற்கு தம்பிகளே இவரை எடுத்துரைப்பீர்.

தமிழ்த்தேசியம் பிளவுபடாத வண்ணம் மருதிருவரை முரசறைவீர்!

* * *

சில கேள்விகள் பதிலைக் கொண்டிருந்தும் அவை பதில் சொல்வதற்காக படைக்கப்பட்டவையாக இருக்காது.

கேள்விகள் கேட்பதற்காக படைக்கப்பட்டவையாகவே இருக்கும்!

* * *

நேர்மையான முறையில் நிரூபணம் ஆன பிறகும் அதை ஏற்றுக் கொள்ள மறுக்கும் மனதிற்குப் பெயர்தான் 'மூடநம்பிக்கை'!

* * *

<u>கள்ளழகர்!</u>

தமிழர்கள் நட்டு வைத்த வளரிக்கு வேலியவன்.

உடை வளரி ஏந்திய கள்ளழகன்!

மறை முறை நிறுவி பிழைப்போர்க்கு மாரியவன்.

நீறுக்கும் செஞ்சாந்திற்கும் மேல் தந்தவன்!

கனல் தணிந்திட புனல் மேனியில் இயல்ந்தவன்.

சித்திரையின் நித்திரையை தங்கைக்கு சீர் தந்த அண்ணனவன்!

* * *

அடியார் நிலை சேவை!

செத்த பிணம் மீண்டெழும் இன்பம் அது அல்லவா!

காமம் கரைந்து போன பின் தோன்றும் காதல் அது அல்லவா!

சூடு சுட்டெரித்த வேளையில் எழுந்த பிறை அது அல்லவா!

வேண்டாம் என்று துறந்த வேளையில் துரத்திய செல்வம் அது அல்லவா!

ஈதல் மனம் உள்ளோர்க்கு ஏந்திய கரம் அது அல்லவா!

'இறைவன் எங்கே?' என்று கேட்போர்க்கு இறையே அது அல்லவா!

✳ ✳ ✳

உண்மையில் அவிழ்ந்தவன்!

வேலெடுத்து பாய்ந்தவன் வீரம் புகழ் பாட தமிழ் சொல்லெடுப்போம்.

அவன் வென்ற கதை விட்ட இடம் அதை நாம் வென்றெடுப்போம்!

இரு தாள் ஒற்றி தமிழால் தால் சுழற்றி ஓதுக போற்றி!

உண்மையில் அவிழ்ந்து ஆழியில் தவழ்ந்தவன் எண்ணி நீறு பூசுக நெற்றி!

✳ ✳ ✳

'நமசிவாய' என ஓதுவீராக!

அந்த ஐந்தெழுத்து சொல்லுக்கு 'தமிழ்' என்ற மூன்றெழுத்து நிகர்!

'அண்டம்' என்ற நான்கெழுத்து நிகர்!

இருநூற்று நாற்பத்தி ஏழு தமிழ் எழுத்துக்களும், அதனால் உருவாகும் இலட்சோப இலட்சம் சொற்களும் நிகர்!

✳ ✳ ✳

167

சில நேரங்களில் இறைவனை விட அடியார்கள் முக்கியத்துவம் பெறுவதைப் போல், சில முக்கியமான தருணங்களில் புத்தகம் எழுதியவர்களை விட அதை வாசித்தவர்கள் முக்கியத்துவம் பெறுகிறார்கள்!

* * *

ஒற்றுமையுள்ள நாட்டை அயலார் தொடார்!

ஒழுக்கமுள்ள வீட்டை கேடும் சூது தொடார்!

* * *

செயற்கையாய் குருதி வடித்தவரே வடித்த இறையை துதிக்கையில், இயற்கையாய் குருதி வடிப்பவர் வடித்த இறையை துதிப்பதில் துளியும் பாவமில்லை.

அதைத் தடுத்தலே பெரும் பாவம்!

* * *

<u>தமிழும் தமிழ்க்கடவுளும்!</u>

வாழ்வின் உபயம் முருகன் என்றால் காலன் என்ன செய்யும்!

வாழ்வின் அபயம் முருகுதான் என்றால் காலம் ஏது செய்யும்!

* * *

துணிந்து துதிப்போரை தூற்றுவோர் தூசி விடவும் போவார்!

பணிந்து பணி செய்வோர் மலையை விடவும் சிரம் நிமிர்வார்!

கனிந்த உள்ளம் கொண்டு உரைப்போர் உலகால் அறிவார்!

விதியை நம்பாது மதியை ஏற்றோர் ஏடுகள் தாங்கும் செய்யுள் ஆவார்!

* * *

பெண்பாலாயினும் ஆண்பாலாயினும் மனதில் பால் கொண்டோர் கருவறையைச் சேரலாம்.

ஏனெனில், பாலற்றவர் வேடிக்கை காட்டி மழலையை துயில் கொள்ளச் செய்தலும் ஒருவகையில் ஏமாற்றே!

* * *

தமிழ் இனத்தின் பெருமை என்பது,

துருப்பிடிக்காத தொன்மை ஆவது!

* * *

ஒரு பெண் நினைத்தால் ஆண் என்பவன் பொய்யானவன் ஆகிவிடுவான்!

* * *

<u>இறைவனும் மனிதனும் இடையில் நானும்!</u>

சோதியில் கலந்தான் என்றனர்.

சோதியே அவன்தான் என்றேன்!

பாதியிலேயே கரம் விட்டான் என்றனர்.

கரம் விட்டதன் காரணம் உம் கரமே என்றேன்!

திருநீறு நெடியில் இருந்தான் என்றனர்.

உம் சாம்பலிலும் இருப்பான் என்றேன்!

மறைகள் ஓதுவாரில் கண்டேன் என்றனர்.

மற்றவர் காண நீ ஓதுவது எப்போது என்றேன்!

* * *

ஏழ்மையில் இருக்கும் போதும் நீ புரியும் காதல் உன்னை செல்வந்தனாக வைத்திருக்கும்!

* * *

ஆழ் மனதை ஆழ் கடல் போல் வைக்க!

முருகனை விட்டுப் பிரிந்திட மனமில்லாமல் திருநீறு இட்டு இருந்திட்டேன்.

அலை ஒட்டிய கடல் போல் துளிச் சத்தமிட்டு மோதி மோதி உடைந்திட்டேன்.

ஆழம் போக போக அலைச்சல் குறைந்து அமைதியைக் கண்டிட்டேன்.

என்னிரு கரம் கூப்பி சிரம் தாழ்த்தி எந்தன் நிலையை உயர்த்திட்டேன்!

* * *

உள்ளத்தில் உள்ளதென்று உணர்க!

'திரும்பிப் பார்த்தேன் அவன் இருந்தான்' என்று நான் பொய் சொல்ல மாட்டேன். என் மனத்துள்ளே இருப்பவனை திசைகளில் தேடி என்ன பயன்?

திசைகள் சுழிந்து, விசைகள் ஒடிந்து, தசைகள் அழிந்து ஆன்மா மிதக்க தோன்றுவது எதுவோ,

அதுவே அவன் நாமம்!

அந்நாமமே அவன் ஆகும்!

* * *

ரெளத்திரம் கொள்ளடா மானுடா மரபினை மடமை என்று உரைப்போர் மேல்.

விழிப்புணர்வு பண்ணடா மடமையால் சிறைபிடிக்கப்பட்ட மரபின் மேல்!

கொள்ளடா உறுதி ஊங்கனோர் புகழை காப்போம் என்றே.

புறந்தள்ளடா பொய்மையால் நம் மண்ணை ஆள்வோரை இன்றே!

* * *

<u>யானை!</u>

பாகனின் பாசத்திற்கு பணிந்ததால் பாரில் நீ பெற்றது என்ன யானையே?

பக்தி வேடம் அணிந்து வருவோரை வாழ்த்துவதால் நீ பெறுவது என்ன யானையே?

அடையாளத்தை உனக்குச் சூட்டி தம் அடையாளத்தை இழந்து கலவரம் புரியும் மனிதர்களின் கதை அறிவாயோ யானையே?

மழலைக்கு அடிமையாக இரு.

மனிதர்களுக்காவது யானையாக இரு!

* * *

பெற்றோராய் இருந்து கொண்டு பெற்ற பிள்ளைகளிடமே பாசத்தை வெளிப்படுத்தாமல் மனதினுள்ளேயே மறைத்து வைத்திருக்கும் அளவிற்கு தேவை என்ன இருக்கிறது?

* * *

<u>காதலுக்கு யார்தான் பிரச்சனை?</u>

உண்மையாக காதலிப்பவர்கள் பிரச்சனை இல்லை.

உண்மையில் வேடிக்கை பார்ப்பவர்களே பிரச்சனை!

* * *

<u>இலக்கு!</u>

களை நீக்கப்பட்ட கலை!

அலை பொருத்தப்படாத நீர் நிலை!

அமைத்த வழியில் வழியாத நீர்வீழ்ச்சி!

வாழ்விடம் கொண்ட மண்!

அகதியாக்கப்படாத ஆக்கை!

இரவைப் பகலாய் வைக்காத செயற்கை!

இயற்கையை இயற்கையாய் வைத்திருக்கும் தமிழ்த்தேசியம்!

இவை யாவையும் யாவரும் பெறுவதே இலக்கு என்று கொள்க...

* * *

தூய காதல் கொண்டவனிடம் எக்காரணம் கொண்டும் திருவாசகத்தை புகுத்தாதீர்கள்.

ஏனெனில், அவனுடைய திருவாசகம் என்பதே வேறு!

* * *

மாயை!

தமிழனாக ஆவது எளிது!

தமிழனை ஆள்வது எளிது!

தமிழன் தன்னை தமிழன் என்று நிரூபிப்பது அரிது!

தமிழன் ஆள்வது அரிது!

* * *

தொண்டும்! தொண்டும்!

திருந்திய மனம் புரியும் தொண்டு திருத்தும் தொண்டு!

வருந்திய மனம் புரியும் தொண்டு வருத்தும் தொண்டு!

பொருந்திய மனம் புரியும் தொண்டு பொருந்தாத தொண்டு!

சிறுத்த மனம் புரியும் தொண்டு சினமான தொண்டு!

மறுத்த மனம் புரியும் தொண்டு மனம் அற்ற தொண்டு!

* * *

<u>தமிழில் கையெழுத்து!</u>

தமிழில் கையெழுத்து அது, தமிழினத்தின் ஆயுத எழுத்து!

தம் இனப் பெருமையை தமிழர்கள் பேசினர்.

இனி, தமிழர்களின் கையெழுத்தே பேசட்டும்!

நாம் இடுவது கையெழுத்து அல்ல.

அது, தமிழ்த்தேசியத்தை சிறைப்படுத்தாத மற்றும் வலுப்படுத்துகின்ற சட்டம்!

* * *

இரு வாய், இரு வயிறு படைப்பாளிகள் மூச்சுக் காற்றுக்கே களை ஆவர்!

* * *

தகுதியற்றவர்கள் அதீத பின்தொடர்பாளர்களை வைத்திருக்கும் போது ஒன்றை மட்டும் நினைவில் கொள்ளுங்கள்,

ஈக்களை ஈர்க்கும் சக்தி காந்தத்திற்கு இல்லை; எச்சிலுக்கே உண்டு!

* * *

ஒரு மழலை, அன்பின் ஊடாக பேரழை காண்கிறது.

ஆனால், மனிதன் பேரழகின் ஊடாக அன்பினைக் காண்கிறான்!

* * *

மனிதர்கள் இயல்பாக மானுட இயல்பை மீறி புரியும் தவறே 'உருவ கேலி'!

* * *

<u>போர்க் குற்றம்!</u>

கல்லெறியும் தூரத்தில் அலறும் அலறல் கேட்டு கண்ணீர் விடாதவர்கள்,

கணைகள் வீசும் தூரத்தில் அலறும் அலறல் கேட்டு கண்ணீர் சிந்துவது ஏனோ?

எங்கும் மனிதம் இருக்கட்டும்.

அந்த 'எங்கும்' என்ற சொல்லில் 'இங்கும்' என்ற அர்த்தம் விடுபட்டது ஏனோ?

* * *

பொருளாதாரப் பாவலர்கள் பொருளுக்காக (செல்வம்) பாடுபவர்கள்.

பொருள் கொண்டு அல்ல!

* * *

புத்தியை துறந்த மனதில் நோய்கள் புகும்!

பக்தியை துறந்த மனதை பேய்கள் ஆளும்!

* * *

விளையாட்டில் குறுக்கு வழியில் வெற்றி பெற்று விட்டால் அதை அரசியல் படுத்தி நீதி கேட்கிறீர்கள்.

ஆனால், அரசியலில் குறுக்கு வழியில் வெற்றி பெற்றதை மட்டும் விளையாட்டாக எடுத்துக கொள்கிறீர்கள்!

* * *

எல்லைக்கோடுகள் இரு நிலத்தை பிரிக்கிறது என்று கொள்ளாமல், இரு நிலத்தை இணைக்கிறது என்று மனதில் கொள்ளுங்கள்!

* * *

நவீனத்தின் உதவியால் நாம் புரியும் போலி, அதீத அன்பாய் இருக்கட்டும்!

* * *

<u>வேலு நாச்சியார்!</u>

காரிருளின் குடல் கிழித்த கூர்வாள்.

பேரொளியில் புடம் போட்ட போர்வாள்!

'பெண்ணியம் எது?' என்ற கேள்விக்கு அன்றே விடை தந்தார்.

அக்கேள்வி இன்றும் எழுகையில் தந்த கொடை வீணென்பார்!

தமிழ்த்தேசியம் தன் கரங்களில் வைத்திருக்க வேண்டிய செங்கோல்.

தமிழர்கள் தம் மனதில் தாங்கியிருக்க வேண்டிய நன் நூல்!

* * *

கடமை, கண்ணியம், கட்டுப்பாடு இவை மூன்றுக்கும் உரிமை கொண்டாட வல்லது தமிழ்த்தேசியம் மட்டுமே.

ஆம். இயல், இசை, நாடகம் என்பது தமிழின் மூன்று பிரிவு போல், மேற்கண்டவை தமிழ்த்தேசியத்தின் மூன்று பிரிவுகள்!

* * *

நிறை ஒழுக்கம்!

தமிழர் இலக்கியங்கள் விஞ்ஞானத்தால் நிறைந்தது.

தமிழர் வாழ்வியல் கலையால் நிறைந்தது.

தமிழர் வழிபாடு ஒழுக்கத்தால் நிறைந்தது.

தமிழர் மரபு இயற்கையால் நிறைந்தது.

தமிழர் சமூகம் விதியற்ற நீதியால் நிறைந்தது!

குறை கூறுவது யாராகினும் அவர்க்கும் நிறை தருவது தமிழ்!

பிறை ஆகினும் அதையும் இறையாக்கியது தமிழ்!

* * *

பிச்சை எடுத்து பிழைப்பவன் கூட தன்னை ஏழ்மையானவனாக உணர்வானே அன்றி, ஒருபோதும் அடிமையாக உணர மாட்டான்!

* * *

கொல்லப்பட்டவனுக்கு கொலையாளி நீதி வழங்கும் முறைதான் உங்கள் சட்டம் என்றால், உங்கள் மண்ணின் சனநாயகம் வேட்டை நாய்களால் நிறுவப்பட்டது ஆகும்!

* * *

<u>அதிகாரத்தால் நெறிக்கப்பட்ட குரல்வளை!</u>

'கேள்விப்பட்டேன்' என்ற வார்த்தை இனி தடையாம்.

பாடசாலை கேள்வித்தாளில் கூட கேள்விகள் இடம் பெறாதாம்!

வழக்காடு மன்றங்களில் நீதிபதியிடம் வழக்கறிஞர்கள் வாதாட முடியாதாம்.

வழிபாட்டு தலங்களிலும் பக்தர்கள் இறைவனிடம் முறையிடக் கூடாதாம்!

***

கடலில் கலந்து விட்ட நதி இன்னும் தன்னை 'நதி' என்றே அடையாளப்படுத்த முயல்கிறது.

அதில் சதி உள்ளது என்பதை அறியாதக் கூட்டமோ பலிபீட ஆடுகளாய் தொண்டு புரிகிறது!

***

<u>பனை மரம்!</u>

வாட்டாத 'வினை மரம்'.

வற்றாத 'சுனை மரம்'.

ஏடுகள் தந்த 'மறை மரம்'.

எழுத்தறிவித்த 'இறை மரம்'.

வறுமை போக்கும் 'தனம் மரம்'.

காடுகளின் 'கொடி மரம்'.

மண்ணின் 'மரபு மரம்'!

***

'காலாவதி' என்ற குணமற்ற நகைச்சுவை, மானுடத்தை காலாவதி ஆகாமல் வைத்திருக்க வல்லது!

* * *

சதாசிவம் கிருட்டிணகுமார் (எ) வெங்கிட்டு (எ) கிட்டு!

அயலான் கோட்டையை எரித்திட எரிதழல் சுமந்து திரிந்த பறவை.

வயலான் மீண்டும் ஈழத்தில் ஆட்சி அமைத்திட வீரம் தந்த கொடை!

தளபதியின் இலக்கணத்திற்கு இக்கணம் வரையில் இவர் ஓர் சான்று.

இலக்கணத்திற்கு இழுக்கு இழைப்போரை 'தளபதி' என்று அழைப்பதை நிறுத்து!

* * *

சொந்த வீடு இல்லாத ஒருவனிடம் நிறைந்திருக்கும் ஏக்கத்திற்கும், விடுதலை அடையத் துடிக்கின்ற ஒரு போராளியிடம் உறைந்திருக்கும் வேட்கைக்கும் பெரிய வேறுபாடுகள் இல்லை!

* * *

இறையை விட எது உயர்ந்தது?

வளைந்த ஆபரணத்தில் இருந்து தங்கம் தன்னை நீக்கிக் கொள்ளாத போதிலும், வளைவை சரி செய்தே ஆபரணத்தை அணிகிறோம்.

உடைந்த சிலையில் இருந்து இறை நீங்காத போதிலும், சிலையை சீர் செய்தே வணங்குகிறோம்.

வாய்மை அவ்வாறு அல்லவே; வாய்மை சிறிது வளைந்தாலும் அது பொய்மையே.

ஆகவே, இறையை விட உயர்ந்தது வாய்மையே!

* * *

எவ்வளவு நஞ்சுடையதாய் இருந்தாலும், வாய் அடக்கம் இருந்தால் அதனால் துளியும் துயர் ஏற்படுவதில்லை!

* * *

<u>தாய்மாமன்!</u>

தாய் கொண்டு வராத சீர்வரிசையை தாய்மாமன் கொண்டு வருவான்.

உருவானது, உருதருவது தாண்டியும் தாய்மாமன் காவல் தெய்வமாவான்!

தாய்மாமன் உறவு,

அது, குறைகளை சொல்லத்தக்க உறவு!

அது, நீதியை கேட்டு செல்லத்தக்க உறவு!

* * *

சுருக்கங்கள் விழுந்த பின்னரே விழிகள் அனைத்தையும் தெளிவாய் உற்று நோக்க முயற்சி செய்கிறது!

* * *

<u>இருவர்! (நேதாசியும் தேவரும்)</u>

ஆயுதங்கள் ஏந்த ஆட்கள் வேண்டும் என்றார்.

நம் ஆட்களே ஒரு ஆயுதம்தான் என்றார்!

களம் புகுந்தால் நம் நிலம் கிடைக்கும் என்றார்.

உயிரையும் துச்சமாய் கருதும் தமிழர் என்றார்!

ஒப்பந்த சுதந்திரம் ஒருகாலும் ஒவ்வாது என்றார்.

தீப்பந்தமாகி ஒப்பந்தத்தை எரிப்போம் என்றார்!

✴ ✴ ✴

<u>செந்தூர் ஆழி வேலன்!</u>

ஆழியின் அடியில் ஆழ்ந்திருப்பதை அடியவரின் ஆழ்மனதில் அருவமாய் அன்று அகவினன்.

திருத்தம் திரு திருப்பங்கள் திகழ்ந்திடுமென்று திருச்செந்தூர் தீண்டிடும் திருவடிகள்!

✴ ✴ ✴

நேசித்தவர்கள் சுவாசிக்கும் வரையில் நேசிக்கப்பட்டவர்கள் மரணம் கொள்வதில்லை!

✴ ✴ ✴

நலமாக வேண்டும் தமிழர் நலம்.

நமதாக வேண்டும் தமிழ் நிலம்.

ஆகவேதான், வென்றாக வேண்டும் தமிழ்த்தேசியம்!

✴ ✴ ✴

<u>வாடகை வயிறு!</u>

புலவனென்று நினைத்தது பல புழுவாய் ஆனது.

புத்தகமாய் மதித்தது பல புழுதி போல் ஆனது.

இருப்பிடத்தை தக்கவைக்க தகுதியை இழந்தது.

இகழ்ந்து இகழ்ந்து உமிழ்ந்தவரை உறவு என்றது.

தகுதியானவற்றை போற்றுதல் சாலச் சிறந்தது.

சிறந்தது பலவற்றை நாம் மறந்ததாலே தமிழ்த்தேசியம் காலம் தாழ்த்துகிறது!

* * *

'ஒருநாள் தெய்வமும் ஒருநாள் மதமும் ஒருநாள் அடையாளமும் ஒருநாள் பக்தியும்' ஒருநாளும் உதவாது!

* * *

புத்தகங்களால் நியமிக்கப்பட்ட ஆட்சியாளர்கள்தான் வாசகர்கள்!

* * *

உளமார திருந்தியவன் தொண்டு செய்வான்.

அவதாரம் எடுக்க மாட்டான்!

* * *

'கைவிடப்படுதல்' வினை தரும் விளைவுகளை விட 'காத்தருளுதல்' வினை ஏற்படுத்தும் விளைவே மிக அதிகம் என்றாலும், விடுதலையை அது சுமந்திருக்கிறது!

* * *

ஏறு தழுவுதல்!

ஏறு தழுவும் பெருந்தமிழ் இனமே.

அந்த சிவன்தான் ஏறு தழுவ எங்களுக்குச் சொல்லித் தந்ததே!

மாவீரத்தை பறைசாற்ற திமில் தொடுவோம்.

வீரத்தை நிர்ணயிப்பது திமிலை தழுவியிருக்கும் காலமே அன்றி, சாதியில்லை என்போம்!

பெற்றவரும் உடன் பிறந்தவரும் செய்யாத சீர்வரிசையை ஏறு செய்யும்.

ஆதலால்தான், குடும்ப புகைப்படத்தில் எங்களோடு ஏறும் இடம் பெறும்!

* * *

சர்வாதிகாரத்தினால்   ஒரு   உயிர்   போனால்   கூட   அது 'இனப்படுகொலை'யாகவே வரலாற்றில் குறிப்பிடப்பட வேண்டும்!

* * *

சமீப காலங்களில் அரசியல் சுட்டி வழங்கப்படும் விருதுகளில் கண்ணிற்கு புலப்படாத ஒரு வாசகம் உள்ளது,

'எதிர்காலத்தில் கூட்டணி பிரிந்தாலும் கொடுக்கப்பட்டவை திருப்பித் தரப்பட மாட்டாது!'

* * *

<u>வேலு நாச்சியார்!</u>

கருகி விழுந்துக் கொண்டிருந்த தமிழர் இனத்தை

காக்க தமிழினத்தில் பிறந்ததோர் ஒரு குழந்தை!

பூவினம் என்று ஒதுக்குவோர் சூழந்தும் புலியினம் என்று முரசறைந்தார்.

துயில் பூண்டிருந்த புறநானூற்றுக்கு புது வடிவம் கொடுத்தார்.

பாடும் பொருளாக இருந்த பெண்ணினத்தை பாடுபொருளாக அமைத்தார்!

* * *

கனவிலும் வணங்கத் தகுந்தவர்களை அரசியல் சுட்டி நிராகரிக்கும் போது
'உயிர் மனம்' மரிக்கிறது!

கனவிலும் நிராகரிக்கக்கூடியவர்களை அரசியல் சுட்டி வரவேற்கும் போது
'உயர் மானம்' மரிக்கிறது!

* * *

சவக்குழி மணல் பரப்பின் மீது போடப்பட்ட நாற்காலியை அந்த மணல்
பரப்பே எளிதாக சிறுகச்சிறுக தன்னுள் இழுத்து புதைத்து விடும்!

* * *

படைப்பாளனையும் படைப்புகளையும் நாட்டுடமை ஆக்கும் அரசு, அவர்தம்
உயிர் மூச்சுக் கொள்கையையும் நாட்டுடமை ஆக்க வேண்டும்!

* * *

படைப்பாளன் அனுமதியின்றி அயலாரால் நீக்கப்படும் வரிகள்தான் அந்த
மண்ணுக்குரிய அடையாளங்களை தாங்கியிருக்கும்!

* * *

இயல்! இசை! நாடகம்!

இவை மூன்றும் ஒடுக்கப்பட்டவர்களின் விடுதலைக்கு விதைகள் ஆகும்.

விதையின் இலக்கு; விதைப்பவன் பொறுப்பு. ஆகையால், கேட்பவர்களை விட கேட்க வைப்பவர்களுக்கு அதீத பொறுப்புணர்வு வேண்டும்.

பின்தொடர்பாளர்களை கொண்டுள்ள ஒவ்வொருவரும் பின்பற்ற வேண்டியவை மேற்கண்டவை ஆகும்!

* * *

பயந்தவன் விழிகளுக்கு படுபவைகள் எல்லாம் வேட்டையாடிகள்தான்!

துணிந்தவன் விழிகளுக்கு வேட்டையாடிகள் கூட விறகுகள்தான்!

* * *

புறத்திடம் அத்துமீறியும், அகத்திடம் அனுமதி பெற்றும் இயற்றப்படும் கவிதைகள் எவையும் ஒரு நொடி கூட இப்புவியில் வாழும் தகுதியற்றவை ஆகிறது!

* * *

உங்களை நோக்கி யாருமே கேள்விகள் எழுப்பக் கூடாது என்றால், உங்களுடைய அரியணையை மயானத்தில் நிறுவுங்கள்!

* * *

முன்பு, பருவம்தான் அடிப்படை பிரச்சனை என்றார்கள்.

இப்போது, பாலினமே பிரச்சனைக்கு அடிப்படை என்கிறார்கள்!

* * *

பதுங்குங்குழிகள், மாவீரர்களுக்கு மட்டுமே அழகு.

அரசியல்வாதிகளுக்கோ படைப்பாளிகளுக்கோ அல்ல!

* * *

உண்மை என்று வரும் போது அழகான ஓவியங்களை வரையும் ஓவியர்கள் எனும் சாட்சி அங்கு தேவைப்படுவதில்லை, கண்ணாடி எனும் காட்சி இருக்கையில்!

* * *

வலிந்து சட்டமாக்கப்பட்ட சமத்துவத்தில் கூட எங்கேனும் ஒரு ஓரத்தில் ஆதிக்கம் ஒளிந்து கொண்டுதான் இருக்கும்!

* * *

அயலார்கள் ஆட்சி புரியும் மன்றத்தில் மக்களின் மனு மீது தர்மம் நிலைநிறுத்தப்படாது.

அதர்மத்தோடு கூட்டணி வைக்கப்பட்டு மநுதர்மமே நிலைநிறுத்தப்படும்!

* * *

<u>அன்றன் பாலசிங்கம்!</u>

விடுதலைப்புலிகளின் புத்தகம்.

தமிழீழ மண் தன் வெளியில் வைத்து சுமந்த புதையல்.

தமிழர்களின் இரண்டாம் குறள் இந்தத் தேசத்தின் குரல்!

* * *

ஆலயத்தின் கதவே இக்காலத்தில் பாட்டு பாடினால் திறப்பதில்லை; அரண்மனையின் வாசலில் நின்று கொண்டு பாட்டு பாடினால் எப்படி?

ஒன்று, கதவை திறக்க வைக்கக்கூடிய சட்டம் இயற்றுங்கள்; அல்லது, கடப்பாரை கொண்டு வினையாற்றுங்கள்!

* * *

மக்கள் என்பவர்கள் வெறும் ஓட்டுதான் என்று ஆட்சியாளர்கள் முடிவெடுத்து விட்டால், மக்கள் எடுக்கும் முடிவுகள் யாவும் குப்பைகளை விட மோசமாக அரசால் கையாளப்படும்!

* * *

நம்முடைய நிலத்தில் நாம் அறிவியல் என்ற பெயரில் அழிவை கட்டமைத்து வைத்திருந்தால் நம் நிலத்தை அழிக்க எதிரிகளுக்கு ஆயுதங்கள் ஏதும் தேவைப்படாது.

ஒரு தீக்குச்சியே போதும்!

* * *

சற்று ஆழ்ந்து சிந்தித்துப் பாருங்கள்,

ஆயுதங்களை விட ஒரு புத்தகத்தை சலனமின்றி கரங்களில் ஏந்துவதற்கே அதீத மன ஒருங்கிணைப்பு வேண்டும்!

* * *

'சிறைக்கூடம்' என்பது ஒரு இனத்தின் விடுதலையைக் குறிக்கின்ற கருத்தை சிறுபான்மை படுத்துவதுதான். அதை அந்த மண்ணுக்கு துளியும் சம்பந்தமில்லாத ஒரு மாயை அப்படி கட்டமைக்கும்.

அந்தச் சிறைக்கூடத்தை உடைத்தெறிவது எப்படி?

சிறுபான்மை என்ற சொல்லை துடைத்தெறிவதற்கான வழியைக் கண்டறிந்தாலே சிறைக்கூடம் தானாய் உடையும்!

* * *

அரசியல் சுட்டி அல்லது, சுயநலம் சுட்டி நீங்கள் நிராகரித்த ஓர் தலைவனை எங்கோ ஓர் மூலையில் வாழ்ந்து கொண்டிருக்கும் ஒரு தேசம் கொண்டாடிக் கொண்டுதான் இருக்கும்!

* * *

கொடுங்கோன்மையைப் பொறுத்தவரையில் எல்லைக்கோடுகள் என்பது திணிக்கப்பட்ட சமத்துவ வன்முறை!

* * *

'போர் என்றால் என்ன?' என்று அறியாதவர்களே பெரும்பாலும் போரில் பாதிக்கப்படுகிறார்கள்!

* * *

பயணப்படாமல் உண்மையை விளக்க வல்லது குடும்பம்!

பயணப்பட்டு உண்மையை விளக்க வல்லது கோவில்கள்!

* * *

அகிம்சையை கடைப்பிடிப்பவர்களுக்குத்தான் ஆயுதத்தின் தேவை விரைவில் தேவைப்படும்!

* * *

ஒரே காட்டில் புலிகளுடன் வாழும் மான் இனத்திற்கு ஓய்வு என்ன வேண்டியிருக்கிறது!

* * *

ஒரு புத்தகம் உங்களை உங்களுடைய எதிரிகளிடம் நூறு முறை சரணடைவதை தடுக்க வல்லது!

* * *

காதல் எதற்காக படைக்கப்பட்டதோ அதன் பயனை முழுமையாக அனுபவித்த காதலர்கள் மிகச் சொற்பமே!

* * *

மனிதனைத் தவிர மற்ற இனங்கள் அனைத்தும் தடங்களை விட்டுச் செல்கிறது.

மனித இனம் மட்டும் ஒன்று, தடம் அல்லது குப்பைகளை விட்டுச் செல்கிறது!

* * *

வஞ்சகத்தால் வீழ்த்தப்பட்ட ஒரு தலைவனின் மரணத்தோடு அந்தத் தேசத்தின் எதிர்காலமும் மரணம் அடைகிறது!

* * *

<u>தாயார் பார்வதி!</u>

அந்தக் கருப்பை,

புலியை வார்த்தெடுத்த புலிக்குகை!

அந்தக் கருப்பை,

கருவை அல்லாது நெருப்பைச் சுமந்த பை!

அந்தக் கருப்பை,

ஆயிரம் ஆண்டு இடைவெளியை இணைக்க இதிகாசம் தந்த பை!

அந்தக் கருப்பை,

தமிழர் இருப்பை உறுதி செய்ய உண்மையைச் சுமந்த பை!

* * *

தமிழகம் விருந்தினர் மாளிகையாக இருப்பதில் எனக்கு எந்தவித மாற்றுக் கருத்தும் இல்லை.

ஆனால், தமிழர்கள் கட்டிவைத்த விருந்தினர் மாளிகையை விருந்தினராக வந்த நீங்கள் எப்படி விற்க முடியும்?

* * *

தலைவர்களின் சிலை ஊமையாய் இருந்தால் அந்தத் தலைவரைப் பின்பற்றும் பொய் தொண்டர்கள் போலி மருத்துவர்களாக உலா வருவார்கள்!

* * *

பக்தர்கள் நடந்து கொள்ளும் விதத்தில்தான் இறைவனின் மதிப்பு அடங்கியிருக்கிறது!

* * *

நம்முடைய வாழ்க்கையை நாம் 'தேர்தல் வாக்குறுதிகள்' போல் கட்டமைத்து வைத்திருக்கிறோம்.

ஓட்டுக்கு பணம் பெற்றுக் கொண்டு தேர்தல் வாக்குறுதிகளை கைவிடுவது போலவே, ஏதேனும் ஒரு சிற்றின்பத்தை அனுபவித்து விட்டு நம்முடைய வாழ்க்கையை நாமே கைவிடுகிறோம்!

* * *

திருமணப் பந்தத்தில் இணைந்தவர்கள் எவ்வாறு இருக்க வேண்டும்?

'தமிழ்' என்ற சொல்லில் இணைந்திருக்கும் மூன்று எழுத்துக்கள் போல் இணைந்திருக்க வேண்டும்!

* * *

மண்ணின் மக்களின் இனவுணர்வும் மொழிவுணர்வும் எப்போதெல்லாம் ஆட்சியாளர்களால் சோதிக்கப்படுகிறதோ அப்போதெல்லாம் உங்களுடைய கரங்களில் பகைமையை அழிப்பதற்கான வாய்ப்பொன்று தரப்படுகிறது என்பதை நினைவில் கொள்ளுங்கள்.

அந்தப் பகைமையை அழிக்கும் செயலுக்கு தண்டனை ஏதும் இல்லை!

* * *

மௌனத்தின் மொழியே 'பக்தி' ஆகும்!

* * *

ஆலயத்தில் நுழைந்தவுடன் யாவரும் அமைதியை சற்று பேணிப் பாருங்கள்.

உங்களுடைய வேண்டுதல்கள் இறைவனுக்கு மிகத் தெளிவாய் கேட்கும்!

* * *

பக்தியைப் பொறுத்தவரையில் இறைவனை அடைதல் என்பது உயிரோடு ஆன்மா, உடலோடு உயிர், உலகோடு உள்ளம் எவ்வாறு வாழும் காலத்தில் நட்பு கொண்டிருந்தது என்பதைப் பொறுத்ததே!

* * *

காதல் என்ன செய்யும்?

செய்ய இயலாது என்று காதல் கொள்ளாதவர்கள் கூறிய மற்றும் ஒதுக்கிய விடயங்களை மிக இயல்பாய் காதல் செய்யும்!

* * *

ஒரு பொய்யை பொய் என்று அறிந்திருந்தும் நீங்கள் அதை நம்பினால், விழிப்புணர்வு அடைந்த போதிலும் அடுத்தமுறை நூறு பொய்களை வேறு வழியின்றி நம்ப வேண்டி இருக்கும்!

* * *

போலிக்கு எதற்கு முகமூடி?

* * *

தாய்மொழி நிலத்தில் மாற்று மொழி பாடலை வரவேற்பது என்பது ஊழலை வரவேற்பது போன்றதுதான்!

* * *

அட மானுடா,

காதலிப்பது இயல்புதான்!

காதல் கொள்வதும் இயல்பான ஒன்றுதான்!

காதலிப்பவர்களும் இயல்பானவர்கள்தான்!

ஆனால் மானுடா,

அடிமையாய் ஆன பிறகு, சற்றுமுன் இயல்பாய் இருந்தவை அனைத்தும் தற்போது இயல்பாய் இல்லாமல் போன பின்னர் நீ மட்டும் இயல்பை விரும்புவது இயல்பு அல்லவே!

ஆதலால் மானுடா,

தாய் நிலம் மீது பெருங்காதல் கொள்!

***

அம்மணத்தை ஆடை கந்தலாயினும் முழுதாய் காப்பது போலவே, இழந்து நிற்பவர்கள் வாழ்வில் மானம் ஒன்றே ஆறுதல் ஆகும்!

***

தமிழ்!

இதைக் கொண்டு பிழைப்பவரை வாழ வைக்கும்!

இதைக் கொன்று பிழைப்பவரை சூல் அறுக்கும்!

இதை ஏய்த்து பிழைப்பவரை எப்படியும் மாய்க்கும்!

இதைத் தொண்டு செய்து பிழைப்பவரை பிறர் தொண்டு ஏற்றிட வைக்கும்!

***

கருமேகம் இல்லாத கருடன் கெடும்!

மழை இல்லாத மயில் இனம் கெடும்!

மக்கள் இல்லாத கோயில்கள் கெடும்!

சமத்துவம் இல்லாத தேர் கெடும்!

பக்தி இல்லாத பகுத்தறிவு கெடும்!

பண்பாடு இல்லாத உறுதி கெடும்!

வீரன் இல்லாத ஆயுதங்கள் கெடும்!

வேல் இல்லாத வெற்றிவேல் கெடும்!

கந்தன் இல்லாத காரியம் கெடும்!

பூர்வீக மண் இல்லாத இனம் கெடும்!

* * *

நேரம் குறித்து தொழுவதும் சுயநலம்!

காலம் கருதாமல் கரைவதும் கொடுங்கோன்மை!

பாவம் குறித்து பணி செய்வதும் பெரும் பாவம்!

சுயநலத்தோடு அறிந்து கொள்வதும் ஒழுக்கமின்மை!

* * *

தமிழீழ மரங்கள் விடுதலைப்புலிகளின் நிழலில் இளைப்பாறின ஏறத்தாழ
முற்பத்து ஐந்து ஆண்டுகள்!

* * *

ஓர் அறம் பழுத்த வாசிப்பாளர் ஒரு புத்தகத்தை வாசித்துக் கொண்டிருக்கும் போது அவருடைய கரங்களில் இருந்து மட்டும் எக்காரணம் கொண்டும் அந்தப் புத்தகத்தை பறிக்க எண்ணாதீர்கள்.

அது, அகிம்சையை வலியுறுத்தக் கூடிய புத்தகமாகவே இருந்தாலும் ஆயுதத்தை அவர் கரம் ஏந்தும்!

* * *

குழந்தைகள் இல்லாத பூமியில் நீங்கள் நிரந்தர தீர்வுக்காக போர் வழியை பயன்படுத்திக் கொள்ளுங்கள்!

* * *

போரில் வெற்றியானது மரணத்திற்கே அன்றி மக்களுக்கோ அரசுக்கோ மற்றும் இராணுவத்திற்கோ அல்ல!

* * *

போர்க்காலத்தில் காதலர்கள் தங்களுக்குள் பரிமாறிக் கொள்ளும் முத்தத்திற்கு மட்டும் இரண்டு மரணம் உண்டு!

* * *

அடை அணிந்தும் அம்மணமாய் வாழ்வோர்க்கு ஆடை இல்லாததால் அம்மணமாய் இருப்போரின் தேவைகள் இறுதி வரையில் ஒரு பரிகாரம்தான்!

* * *

மனிதர்களை விட பேய்கள் ஒன்றும் ஆபத்தானவை அல்ல.

வழிப்பறி, ஊழல் போன்றவைகளை பேய்கள் செய்ததாக இதுவரை செய்திகள் இல்லை!

* * *

தனித்தமிழில் உரையாட முடியாது போனாலும் பரவாயில்லை.

தாம் மொழிவது தமிழ்தான் என்று தனியாகத் தெரியும் படியாவது உரையாடுங்கள்!

* * *

அயலான் தேசியம் அமைதியாய் இருந்தால் அந்த மண்ணின் மக்கள் தூக்கி எறிவர்.

அயலான் தேசியம் ஏதேனும் வினை புரிந்தால் அந்த மண்ணாலேயே தூக்கி எறியப்படுவர்!

* * *

வஞ்சிக்கப்பட்டவர்களின் கண்ணீர்த்துளிகள் வஞ்சகர்களின் வம்ச வேருக்கு வெந்நீர் ஆகும்!

* * *

இயல்பை மாற்றிக் கொள்ளும் எவையும் தன்னைச் சுற்றி இருப்பவர்களுக்கு இறைவனைப் பற்றிய நினைவை ஊட்டும்!

இயல்பாய் இருக்கும் எவையும் தன்னைச் சுற்றி இருப்பவர்களுக்கு இறைவனாய் காட்சி தரும்!

* * *

உங்களுக்கும் உங்களுடைய திறமைக்கும் நூலளவு கூட இடைவெளி இல்லாமல் இருக்கும்படி வாழுங்கள்!

* * *

வினை இரண்டும், பதவி இரண்டும் தங்களுக்குள் நேருக்கு நேர் மோதி தங்களுடைய வஞ்சகத்தை தீர்த்துக் கொள்ள முற்படும் வேளையில் இறைவனின் முயற்சி கூட அங்கு எவ்வித பலனும் அளிப்பதில்லை!

* * *

தடைகளைத் தாண்டுவதினால் உங்களால் பூக்களுக்கு மட்டுமே விடுதலையை பெற்றுத் தர முடியும்.

ஆனால், தடைகளை நீக்குவதினால் உங்களால் தோட்டத்திற்கே விடுதலையை பெற்றுத் தர முடியும்!

* * *

நாம் நீதி கேட்டு எத்தனை காலம்தான் சாவது?

வாருங்கள்; ஒருமுறையேனும் நீதியை வழங்குவோம்!

* * *

புலிகளின் அன்பைப் பற்றி அறிந்து கொள்வதற்கு நீங்கள் புலியாகத்தான் இருக்க வேண்டும்.

ஆடாக இருந்து கொண்டு புலிகளின் அன்பைப் பற்றி ஆய்வு செய்தால் நீங்கள் புலிக்கு இரையாகி விடுவீர்கள்!

* * *

தலைவனே ஆயினும், தன்னை பல்லக்கில் அமர்த்தி சுமக்க தன் மக்களுக்கு ஆணை பிறப்பிக்க இயலாது. அதேநேரத்தில், மக்களின் அன்பின் மிகுதியால் கோரிக்கையாகக் கூட அதை ஏற்கக் கூடாது.

"இறைவனுக்கு மட்டும் அந்த விதிவிலக்கு உண்டா?" என்று நீங்கள் கேட்பது என் செவிகளுக்கு நன்றாக கேட்கிறது.

ஆம். இறைவனுக்கு மட்டும் அந்த விதிவிலக்கு உண்டுதான். ஏனெனில், இன்னொருவர் நகர்த்தாத வரையில் தானாய் நகராமல் இருப்பதற்கு தலைவன் என்பவன் சிலை அல்லவே!

* * *

'ஒருவரை நேசிப்பதற்கு எந்தவித காரணங்களும் தேவையில்லை' என்பது உண்மைதான். ஆயினும், அதுவும் அலட்சியத்தின் ஒரு அங்கமாக மாறிப்போன பின்னர் ஏதேனும் ஒரு நிபந்தனை கொண்டே ஒருவரை நேசிக்க நாம் நிர்பந்திக்கபட்டுள்ளோம்.

ஆம்: அவர் எப்படி வேண்டுமானாலும் இருக்கட்டும். ஆனால், அவரிடம் விடுதலையைப் பற்றிய ஆழமான புரிதல் குடிகொண்டிருக்க வேண்டும்!

* * *

நாம் மற்றவர்களின் எதிர்பார்ப்பையே நம்மேல் பூசி வைத்திருந்தால் அது, காலத்தின் தண்ணீரில் எளிதாக கரைந்து காணாமல் போய்விடும்!

நாம் மற்றவர்களின் பண்பாட்டையே நம் நிலத்திற்கு ஏற்றாற்போல் கட்டமைத்து வைத்திருந்தால் அது, விஞ்ஞானத்தின் தண்ணீரில் எளிதாக கரைந்து காணாமல் போய்விடும்!

* * *

நல்லதொரு பொருள் அழிக்கப்படும் போது அதன் பிண்ணனியில் அதை உருவாக்கிய சிந்தனை அவமதிக்கப்படுகிறது!

* * *

நம்மை பிணி ஆட்கொள்ளும் போது சரியான மாத்திரைகள் உட்கொண்டால் எவ்வாறு நாம் நலம் கொள்கிறோமோ, அதுபோலவே சரியான மாத்திரைகள் கொண்டு தமிழை உச்சரிக்க நம் தாய்மொழியானது நலம் கொள்கிறது!

* * *

'மொழி ஞாயிறு' தேவநேயப் பாவாணர்!

உலகிலுள்ள எல்லா மொழிகளுக்கும் வேர் தமிழ் என்றார்.

தமிழ்ச் சொற்கள் அனைத்திற்கும் வேரைக் கண்டறிந்தார்!

வெயில் வாட்டிய போதும் வற்றாத தமிழ்க்கடல் அவர்.

செய்யுள் படைத்து பாடும் பாவேந்தர்க்கும் பேரறிஞர்!

* * *

யார் கடவுள்?

'கடவுள் என்றால் விண் முட்ட உயர்ந்து நிற்கும் உருவம்தானே?' என்றார்.

'கடவுள் என்றால் விண் முட்ட உயர்ந்து நிற்கும் புகழ் கொண்டவர்' என்றேன்!

'கடவுள் என்றால் மண்ணுள்ளே புதையாமல் இருப்பவரா?' என்றார்.

'கடவுள் என்றால் மண்ணுள்ளே புதைத்தும் புதையலாய் இருப்பவர்' என்றேன்!

* * *

மேனியில் அப்ப கரத்தில் ஏந்திய நொடியே குளிர்ச்சி தரும் சந்தனமும்,

நெற்றியில் பூசிட கரத்தில் ஏந்திய நொடியே திருஞானம் தரும் திருநீறும்,

'நல்லவைகள் கொண்டு வாழ்ந்தால் ஏது பெறுவார்?' என்று நினைப்போர்க்கு மந்திரங்கள் ஆகும்!

* * *

ஞாலம் புரியாதவர்க்கு ஞாபகங்கள் என்பது நெருப்பு!

துரோகங்கள் புரிந்தவர்க்கு வினைகள் என்பது நெருப்பு!

தீமை குணத்தோர்க்கு ஊர் தேர் என்பது நெருப்பு!

நாவடக்கம் இல்லாதவர்க்கு இருப்பு என்பது நெருப்பு!

* * *

தண்டனையை நீதியாய் கருதுகிறவன் விரைவில் நீதியை வழங்கும் நிலையை அடைவான்!

நீதியை தண்டனையாய் கருதுகிறவன் இறுதி வரைக்கும் தண்டனையை மட்டுமே பெறுவான்!

* * *

<u>தோழர். தமிழரசன்!</u>

தமிழ்த்தேசியம் ஏற்றுக்கொண்ட 'தலைமகன்'.

தமிழ்த்தேசியத்தில் புரட்சிப்படை அமைத்த 'முதல்மகன்'.

தமிழ்த்தேசியத்தை வலுப்படுத்த வந்த 'திருமகன்'.

பிற்போக்கின் மூக்கினைத் துண்டித்த 'தமிழ்மகன்'.

சங்கம் வைத்த தமிழருக்கு பங்கம் விளைவித்த கூட்டத்தின் அங்கம் அளந்த 'தோழர். தமிழரசன்'!

∗ ∗ ∗

மரணத்தின் போது ஒரு உடலை விட்டு உயிர் பிரியும் வேளையில் உயிரோடு சேர்ந்து தாய்மொழியும் வெளியேறுகிறது.

ஆகையால் மானுடனே, உயிர் பிரிந்தாலும் நீ பிணம்; தாய்மொழி பிரிந்தாலும் நீ பிணம்!

∗ ∗ ∗

தம்பி! தம்பி!

தாய்மொழி மிக முக்கியம்.

ஆம்; தாய்மொழி அத்தியாவசியம்.

மற்றவையனைத்தும் அநாவசியம்!

∗ ∗ ∗

விடுதலை அடைந்து விட்டோம் என்று சற்று ஓய்வு கொண்டால் கூட, அடுத்த நொடியே நாம் மீண்டும் சிறைப்பட்டு விடுவோம்!

∗ ∗ ∗

மனமெனும் அகல் விளக்கில் நல்லெண்ணங்கள் எனும் எண்ணெய் விட்டு ஏற்றப்பட்ட ஆன்மத்தீயில் உருவான ஒளி மட்டுமே அறியாமை எனும் காரிருளைப் போக்க வல்லது!

* * *

புத்தகங்களிடம் சரணடைகிறவர்கள் முழுமையான விடுதலையை அடைகிறார்கள்!

* * *

<u>கோ. நம்மாழ்வார்!</u>

இலக்கியச் சான்றோடு இயற்கையை நிறுவியவர்.

இயற்கையின் இயல்பை அறுக்கும் செயற்கையை நீக்கியவர்.

பிறர் இச்சைக்குப் பச்சையை இரையாக விடாது காத்தவர்.

மானுடத்தின் பசி போக்கும் பயிரின் பசி தீர்த்தவர்.

பைந்தமிழ் இனத்திற்கு இவரே மறைவு எய்தா மறை பெரியவர்!

* * *

இருக்கையின் நான்கு கால்களும் தண்டாய் இருக்கையில் தண்டை எதிர்த்து தண்டம் ஏந்துவார்களா?

பருக்கையிலும் அவர் பெயர் பொரித்திருக்கையில் தொண்டைக் குழியில் இருந்து எதிர்ப்புக் குரலைத்தான் எழுப்புவார்களா?

* * *

இது, விஞ்ஞானம்,

"சூரியன் உதிக்காமல் தாமரை மலர்வதில்லை!"

இது, அஞ்ஞானம்,

"தாமரை மலரவே சூரியன் உதிக்கிறது!"

இது, கொத்தடிமைத்தனம்,

"சூரியன் உதித்த பின்பு தாமரை கருகி விடும்."

"சூரியன் உதித்தும் விட்டது. தாமரை இன்னும் ஏன் கருகவில்லை?"

"அது, நள்ளிரவில் பூத்த தாமரை; சூரியனுக்கு நள்ளிரவில் விடுமுறை!"

***

தமிழ்த்தேசியத்தை அரியணை ஏற்றுவதற்கு ஒரே வழி 'கருத்தியல் போர்'.

அவ்வகைப் போருக்கு இன்றியமையாத ஆயுதம்தான் 'புத்தகங்கள்'!

***

அமைதி வேண்டி ஒரு மலர் தந்தோம்; ஈவு இரக்கமின்றி வாடச் செய்து அதை வதைத்தீர்கள்.

அப்போதும் மானுட குணத்தை நாங்கள் இழக்கவில்லை.

இருப்பினும், நரியின் பண்பை தாம் ஏற்ற பின்னர் புலியின் பண்பை நாங்கள் காட்டாதிருந்தால் நீங்கள் தருவது என்ன என்பதையும், நாங்கள் பெறுவது என்ன என்பதையும் நன்கு அறிவோம்!

***

காவல் காப்போர்க்கு கருணை காட்டும் மரம்.

கரம் ஓங்குவோர்க்கும் நிழல் தரும்!

நல்லவர்கள் கொண்டிருக்கும் கொள்கையே அறம்.

அது, சூழ்நிலை பகைவர்க்கும் வழங்கும் வரம்!

அயலானின் கட்டளையை ஏற்று புரியும் அநீதி.

காலம் எனும் நதியில் கரைந்து விடும் அதன் நியதி!

* * *

<u>தை திருநாள்!</u>

பொங்கல் வைக்கும் திங்கள் எங்கள் திருநாள்.

எல்லுக்கும் நெல்லுக்கும் இடைநிற்கும் உழவுக்கும் உயிரூட்டும் பெருநாள்.

அவையோர் சொல்லுக்கும் முன்னோர் முகவைக்கும் முன்நின்ற ஓர்நாள்.

அந்த ஓர்நாள் எம் தமிழர் திருநாள்!

இலக்கியத்தில் இயல்ந்து, இக்காலத்திலும் இருந்து தமிழர் இருப்பை இயற்றும் இந்நாள்.

இந்நாள் எம் தமிழர் திருநாள்!

* * *

'படைவீடு' என்றால் முருகன் குடிகொண்டிருப்பது ஆறு.

'முருகன் அவதாரம்' என்று கொண்டால் பசும்பொன்னையும் சேர்த்து ஏழு!

* * *

தமிழ்த்தேசியத்தின் கண்ணீர்த்துளிகள், எதிரி மற்றும் துரோகியின் தேசியத்திற்கு பன்னீர்த்துளிகள் ஆகும்!

* * *

கடந்த காலத்தை கட்டிக்காக்க வேண்டிய பொறுப்பு உடையவர்கள் 'வாசகர்கள்'!

நிகழ் காலத்தை கட்டிக்காக்க வேண்டிய பொறுப்பு உடையவர்கள் 'ஆட்சியாளர்கள்'!

எதிர் காலத்தை கட்டிக்காக்க வேண்டிய பொறுப்பு உடையவர்கள் 'படைப்பாளர்கள்'!

* * *

படைப்புகளை படைத்தவர்கள் அதற்கு விளக்கவுரை எழுதாத காரணம் அந்தப் படைப்புகள் உங்களுக்குப் புரியும் என்று அவர்கள் நம்பினார்கள்.

சொல்லப்போனால், 'புரியுமா?' என்ற சந்தேகம் கூட அவர்களுக்கு எழுந்திருக்காது; 'விளக்கவுரை' என்ற சொல் கூட அவர்களின் சிந்தையில் இருந்திருக்காது!

* * *

புள்ளிவிவரங்களை விட உளவியல் ரீதியான முன்னேற்றமே ஓர் நிலத்திற்கு தேவை!

* * *

<u>இறை என்று வைக்கப்படும்!</u>

'ஒருவர்' இல்லாமல், அவரைப் போல் வாழ இயலாது.

ஆகையால், அந்த ஒருவர் உண்மை!

* * *

பூர்வீகம் என்பது ஒரு மனிதனுக்கு இயற்கை அளித்த அடிப்படை உரிமை நிலம். எங்கு வாழ்ந்தாலும் இறுதியாக அவன் பிணத்தை அந்த நிலத்திற்கே உண்ணக் கொடுக்க வேண்டும்.

அதைப் பயன்படுத்தாமல் போனால் அவன் முதலாளியாகவே இருந்தாலும் அவனொரு கொத்தடிமைதான்!

* * *

ஈசனே,

ஈழத்தில் ஒவ்வொரு வீட்டிலும் நீ உச்சரிக்கப்படுகிறாய்; ஒரு வீட்டில் கூடவா நீ வாழவில்லை?

இலக்கியம் தோறும் அதை அழித்தாய் இதை அழித்தாய் என்று படிக்கிறோம்; இப்போது, நீ அழிக்க எதிரிகளுக்கு பஞ்சமா என்ன ஈழத்தில்?

பழையது படித்தது போதும்; புதியது படிக்க வேண்டும் ஈசனே!

* * *

ஓட்டுக்கு பணம் தருபவன் தன் பிறவியை கொலை செய்கிறான்.

ஓட்டுக்கு பணம் பெறுபவன் தன் குரல்வளையை தானே அறுத்து எறிகிறான்.

பிறவி போனால் பிணம்; குரல்வளை போனால் ஊமை!

* * *

தமிழ் சொன்னது,

விஞ்ஞானத்தால் நீ என்னைப் பார்த்தால் நான் புதுமை!

மெய்ஞானத்தால் நீ என்னைப் பார்த்தால் நான் பழமை!

* * *

விலை போன ஓட்டுகளால் தேர்ந்தெடுக்கப்படும் அரசு குற்றங்கள் இழைத்தாலும், அந்த அரசு அமைய ஓட்டுப் போட்டவர்களே குற்றவாளிகள்!

* * *

நீங்கள் எதையெல்லாம் துக்கம் என்று கருதுகிறீர்களோ அவையனைத்தும் கேடுகெட்ட அரசியல்வாதிகளுக்கு ஆதாயம் மற்றும், சமநிலை படைப்பாளிகளுக்கு ஆதாரம்!

* * *

'மாற்றம்' என்ற தத்துவம் இல்லாமல் போனால் 'ஊழல்' என்பது அளவீடுதான்.

அந்த அளவீடே கருணை!

* * *

'இருமொழிக் கொள்கை' கொண்ட தமிழர்க்கு இரண்டாம் மொழியாக இருப்பது எவனோ ஒருவனின் 'ஒருமொழிக் கொள்கை'யில் தனித்தியங்கும் அவனுடைய தாய்மொழி ஆகும்.

நம்முடைய தாய்மொழி எவரோ ஒருவர்க்கு இருமொழிக் கொள்கையில் இரண்டாம் மொழியாக இடம்பெற வேண்டிய அளவுக்கு நாம் உழைக்கத் தேவையில்லை. நாம் ஒருமொழிக் கொள்கையில் தனித்தியங்கும் அளவிற்கு நம் தாய்மொழியை இயங்க வைத்தாலே போதும்!

* * *

'தமிழ்க்கடவுள்' முருகன் எங்கே?

'குன்று இருக்கும் இடமெல்லாம் குமரன் இருக்கும் இடம்' என்றார்.

'குன்றுகளை கயவரும், குமரனை அயலாரும் அபகரித்து விட்டார்' என்றேன்!

'தமிழ் மந்திரங்கள் ஒலிக்கும் இடமெல்லாம் முருகன் எழுவான்' என்றனர்.

'தமிழே எதுவென்று அறியாதார் ஓதுவதில் எவ்வாறு அறிந்து எழுவான்?' என்றேன்!

'முருகன் வாழ்ந்த கடவுள்தானே?' என்றனர்.

'அவன் வாழ்ந்து கொண்டிருக்கும் கடவுள்' என்றேன்!

ஆம். அவன் அயலாரால் ஒப்பனைக்கு உட்படுத்தப்பட்டு இருக்கலாம். ஆயினும், எம் தமிழர் விழிநீரில் அந்த ஒப்பனை ஓர்நாள் கரைந்து விடும்; உண்மையான முருகனின் உருவமும் வெளிப்படும்!

✳ ✳ ✳

சமூகநீதி பக்தி!

அசைந்திட வல்ல பொருட்கள் யாவும் உன் மீது விழுவதால் எழுந்திடும் உள்ளமோ.

இதற்கு ஏது சொல்லி பதில் தருவார் மேட்டை கவனியாது நீரையும் பாராது ஆயினும் சேர்ந்திட வல்ல பள்ளமோ!

✳ ✳ ✳

சமுத்திரத்தில் வீசி எறியப்படும் குப்பைகளும் மிதக்கும்; பயணம் மேற்கொள்ளும் கப்பல்களும் மிதக்கும்.

அதற்காக, இரண்டும் எப்படி ஒன்றாகிவிட முடியும்?

நோய் கொண்ட விவாதத்தை தவிருங்கள்; நோய் தீர்க்கும் விவாதத்தை மேற்கொள்ளுங்கள்.

தமிழ்த்தேசியம் நலம் கொள்ளும்!

✱ ✱ ✱

எங்கோ ஓர் மூலையில் ஓர் இனம் சுதந்திரம் இன்றி தவிக்குமாயின் அந்தப் பூமியில் வாழும் ஒட்டுமொத்த இனமும் அடிமைப்படுத்துகிற அடிமை இனம்தான்.

இது, எங்கோ ஓர் மூலையில் அல்ல; இங்கோ, இதோ நம் மூலை(ளை)யில் ஈழத்தில்!

✱ ✱ ✱

பசித்தவன் இருக்க புசித்தவன் மரண தண்டனைக்கு உட்படுத்தப்பட வேண்டியவனே!

✱ ✱ ✱

<u>தியாகி. முத்துக்குமார்!</u>

ஈழம் இருட்டுக்குள் வெளிச்சத்தை ஏற்படுத்த நெருப்பை உடுத்தினான்.

உடுத்திய நெருப்பில் எரிந்த உடலில் எழுந்த நெடியில் கொடியவர்கள் குளிர் காய்ந்திடவா தனை ஈந்தான்.

எரித்த நெருப்பில் ஒரு துளி எடுத்து தீபம் ஏற்றுக.

இன்னும் யாரும் எரியாது வைத்திருக்க அவன் தியாகம் போற்றுக!

✱ ✱ ✱

இந்தத் தமிழ்த்தேசியத் தத்துவத்தில் ஏன் நிற்கிறேன்?

படித்ததொன்று பார்ப்பதொன்று!

பிடித்ததொன்று கிடைத்ததொன்று!

எண்ணியதொன்று எண்ணத்திலொன்று!

மையலொன்று இணையேற்பு என்று?

நீதியொன்று நியதியொன்று!

காமமொன்று காலமொன்று கடமையொன்று!

இவையாவும் என் குழந்தைகளுக்கு நேர்ந்துவிடக் கூடாது...

✴ ✴ ✴

'மக்களாட்சி' என்ற தத்துவம் நம் ஒவ்வொருவரிடமும் நல்லவர்களை நியமனம் செய்வதற்கான அதிகாரத்தை பகிர்ந்து அளித்தது. நாம் அதை ஒன்று சேர்ப்பதற்கு பதிலாக மீண்டும் அதை பகிர்ந்து கொண்டோம்.

அதனால், சிலர் வலு பெற்றார்கள்; பலர், வலு இழந்தார்கள்.

குரல்வளையை கொடியவர்களிடம் ஒப்படைத்து விட்டு அவர்களுக்கு எதிராகவே குரல் எழுப்ப நினைத்தால் எப்படி?

இனி, நீங்களே நினைத்தாலும் நல்லவர்களுக்கு ஆதரவாகக் கூட குரல் எழுப்ப முடியாது!

✴ ✴ ✴

ஒன்றை நினைவில் கொள்ளுங்கள்,

சிங்கமே ஆயினும், அது வேட்டையாடியாக இல்லையெனில் நாம் அதைக் கண்டு பயமுறுவோமா?

சைவமாக இருக்கும் யானை, அசைவமாக மாறினால் அதன் மேல் ஏறி நாம் சவாரி செய்வோமா?

மனிதனின் மதிப்பும் இதேபோல் ஓரிடத்தில் அவனுள் உள்ளது; அது அவனுடைய போராட்டத்தன்மை!

* * *

<u>தமிழ்த்தேசியர்கள் நாம்!</u>

அவர்கள், வரலாற்றில் மிகவும் பலமான எதிரியை சந்திக்கிறார்கள்.

தமிழ்த்தேசியர்களாகிய நாம், வரலாற்றில் மிகவும் பலமான துரோகிகளை சந்திக்கிறோம்.

வெற்றித்துளிகள் ஒன்றுசேர்ந்து மழையாகட்டும்! கனமழையாகட்டும்!

* * *

உறங்கும் மனிதத்தை உசுப்பி விடலாம்; உறங்குவது போல் நடிக்கும் மனிதத்தைக் கூட எரிதழல் கொண்டு பொசுக்கி உசுப்பி விடலாம்.

ஆனால், மரணித்து விட்ட மனிதத்தை கண்ணீர் உசுப்பிடுமா அல்லது, எரிதழல்தான் உசுப்பிடுமா!

* * *

ஆதியும் அந்தமும்!

அனாதை நான் என்று உணர்ந்தவர் ஆதியே அவன் என்று உணரார்.

அந்தமும் அவன் என்று உணர்ந்தவர் நான் என்று நொடியும் ஓதார்!

* * *

கொடுங்கோன்மை வேட்டைநாயாக உருமாறி குடிகளின் உதிரத்தைக் குடிக்குமாயின், நீயும் குடி என்ற பதவியிலிருந்து விலகி சக வேட்டைநாயாக அல்லாது புலியாக உருமாறு!

* * *

அநேகமான நேரங்களில் படிநிலை மிகவும் முக்கியம்,

பனிக்கட்டி வெப்பத்தில் நீராக மாறாது நேரடியாகவே ஆவியாக மாறினால் நிலமானது நன்மை அடையாது!

* * *

பூனைக்கும் புலிக்கும் ஆகாது என்பார்கள். ஆனால், உண்மை அதுவல்ல,

ஒருவேளை, பூனையும் புலியும் நேருக்குநேர் சந்தித்துக் கொண்டால் சில நிமிடங்களுக்குப் பின் புலி மட்டுமே அங்கிருக்கும்; பூனையானது புலியின் வயிற்றுக்குள் இருக்கும்!

* * *

மனிதன் மட்டும்தான், தான் ஆறுதல் கொள்ள எதை எதையோ நாடுகிறான்.

புன்னகை கொள்ள பிடித்தவற்றை நோக்கி ஓடுகிறான்.

புன்னகையை நேரடியாக இயற்கை முறையில் பெறுவதை விடுத்து செயற்கை ஆய்வை நடத்துகிறான்.

புன்னகை செய்யுங்கள்; புன்னகையை செய்யாதீர்கள்!

* * *

கோவிலில் நுழைந்தும் வன்மத்தை துறக்காது இருந்தால், கோபுரம் கூட குட்டிச்சுவர்தான்!

* * *

உங்களுக்கு யார் மீதாவது மையல் இருந்ததென்றால், அதைச் சரியான தருணத்தில் வெளிப்படுத்தி விடுங்கள்.

கருவுற்ற பின்னர், சரியான தருணம் வந்தும் பிரசவிக்காமல் வயிற்றினுள்ளேயே வைத்திருந்தால் எப்படி!

* * *

இறைவன் – அடியார் என்ற உறவுக்கு நிகரானது நண்பன் என்ற உறவு.

அதுவும் எந்தவித வரையறையையும் வகுத்து வைத்திருப்பதில்லை. அந்த உறவைக் கண்டறிதலே இறைவனைக் கண்டறிவது போன்றுதான்!

* * *

அரசியல்வாதிகளையும் திரைக்கலைஞர்களையும் நீங்கள் வேறு வேறாக பார்க்கிறீர்கள்.

நீங்கள் ஒன்றாக பார்க்க பழகிக் கொண்டால் உங்கள் வீட்டிற்குள் என்றும் வறுமை புகாது!

* * *

'அரசியல்வாதி' என்ற ஒற்றைச் சொல்லுக்குள் காமராசர், முத்துராமலிங்கத்தேவர், மூக்கையாத்தேவர், கக்கன் போன்ற தூயவர்களும் இருக்கிறார்கள்.

ஆகையால், அரசியல்வாதி என்று எதிர் திசையை நான் சுட்டும் போது மேற்கண்டவர்களைப் போன்றவர்களை மறந்து விடுவது நல்லது!

* * *

<u>'தமிழ்க்கடவுள்' முருகன்!</u>

அவன் நையப்புடைத்ததே தமிழர் அறம்.

அவன் விழியொளி பாய்ந்த திசைகள் சுட்டும் தமிழர் மறம்.

திணைகளும் சுனைகளும் தன் கர்ப்பத்தில் சுமந்திருக்கும் அவன் தடம்.

தானாய் தோன்றினான் என்று கூறி வைக்காதீர்கள் அவனுக்கு மடம்.

கூறுக தோற்றுவித்தான் என்று, அவன் மயிலும் சேவலும் உலாவும் இடமெல்லாம் தமிழர் புலம்!

* * *

தோழர். சீவானந்தம் இன்று உயிரோடு இருந்திருந்தாலும் ஒரு கம்யூனிஸ்டாகவே இருந்திருப்பார்.

ஆனால், இன்றிருக்கும் கம்யூனிஸ்டு கட்சியில் இருந்திருக்க மாட்டார்!

* * *

நொடியை மதிக்காதவன் பெரும் காலத்தை இழப்பான்!

* * *

ஓவியத்தில் சமூகநீதியை ஓவியனால் மட்டுமே கொண்டு வரமுடியும் என்றாகும் போது, சமூக நீதி விடயத்தில் மட்டும் அதிகாரம் கொண்டவரைத் தவிர்த்து அதை வழங்கியவரை குறை கூறுவது கீழான செயல்தானே!

* * *

சித்தம் குழம்பியவர்கள் மட்டும்தான் சரியோ அல்லது தவறோ, எந்தவொரு நோக்கம் மற்றும் எதிர்பார்ப்பு இன்றி அதைச் செய்கிறார்கள்.

ஆகையால், சூழ்நிலை சுட்டி தவறு இழைப்பவர்களை 'சித்தம் குழம்பியவர்கள்' என்று நாம் அழைக்கக் கூடாது. அது, சித்தம் குழம்பியவர்களை அவமானப்படுத்தும் செயல் ஆகும்!

* * *

தேவர், சுதந்திர தினத்தை கொண்டாட மறுத்தவர்தான்; அதற்காக, ஆங்கிலேயனை ஏற்றவர் என்று பொருளாகி விடாது.

நேதாசி மற்றும் வ.உ.சி வழியாக கிடைக்கும் விடுதலை மட்டுமே விடுதலையைக் கொண்டிருக்கும் என்றுரைத்தார்!

* * *

<u>மொழிப்போர் ஈகியர்!</u>

ஒருமொழிக்கொள்கையில் தமிழ் மொழி ஒன்றே இருந்திட ஒன்றுபட்டார்.

கொள்ளைப்புற வழி அல்லாது, தலைவாசல் வழியாகவே கொள்ளை ஒன்று நுழைவதைக் கண்டு வெகுண்டெழுந்தார்!

தமிழர் தலைக்கு அது வாள் என்றார்.

தமிழ் நிலைக்கு அது களை என்றார்!

வேலி அமைத்தார்.

தம் உயிரைக் கொடுத்து பயிர் காத்தார்!

* * *

எல்லா வினைகளிலும் நீங்கள் தெரிய வேண்டும் என்று ஆசை கொண்டால், ஓர்நாள் காணாமல் போவீர்கள்!

* * *

<u>யார் தேவர்?</u>

இந்தியாவை தோற்கடித்த தமிழகம் அவர்.

கிழக்கை மறையாது வைத்திருந்த தெற்கு அவர்.

ஆம். காந்தியை தோற்கடித்த தேவர்தான் அவர்!

* * *

போதும் என்று சொல்லும் மனிதர்கள் இந்த மண்ணில் போதவில்லை!

* * *

வேல், வளரி, வாள் பிடித்த கரங்களில் துப்பாக்கி ஏறலாம்.

ஆனால், துண்டுச்சீட்டு ஏறிடக் கூடாது!

***

<u>நேதாசி! பிரபாகரன்!</u>

வரலாற்றில் இருவரும்,

இறப்பை உறுதி செய்யாதவர்கள்.

தம் இருப்பை உறுதி செய்தவர்கள்!

வரலாற்றில் இருவரும்,

ஒப்பந்த விடுதலையை வேண்டாதவர்கள்.

ஓர் ஒப்பற்ற இராணுவத்தை கட்டமைத்தவர்கள்!

வரலாற்றில் இருவரும்,

மொழி கொண்டு வேறு.

அறம் மாவீரம் கொண்டு ஒன்று!

***

'நேதாசி என்ன தமிழரா? அவரை தமிழர் போல் தமிழகம் ஏன் கொண்டாடுகிறது?' என்று வினவினர் பலர்.

'தமிழராய் பிறந்திருந்தும் தமிழரல்லாதவர் போல் பலர் வாழ்ந்து கொண்டிருக்க, தமிழரல்லாதவராய் பிறந்தும் தமிழர் போல் வாழ்ந்தவர், வாழ்ந்து கொண்டிருப்பவர்' என்றேன்!

***

விதிவசம் இருந்தவற்றை மதிவசம் ஆக்கியவர் தலைவர் பிரபாகரன்!

* * *

உள்ளே செல்லும்படி மனதை உந்திடும் தலைப்பு வைப்பது அறிஞர் நிலை என்றால், தலைப்பில் நாட்டம் கொள்ளாமல் உள்ளே செல்லும் மனப்பக்குவம் உடையது பேரறிஞர் நிலை ஆகும்!

* * *

உயிர் விட்ட உடலை பிணிகள் ஏதும் ஆட்கொள்ளாது!

உடலை விட்டு நீங்கிய உயிரும் ஏதும் உட்கொள்ளாது!

நோய் சூழ்ந்தவன் பிணம்.

ருசியை மறந்தவன் உயிர்!

* * *

ஒரு வாசகர் மூலமாக அவர் வாசித்த படைப்பின் படைப்பாளிதான் உங்களுக்கு அறிமுகமாக வேண்டும்.

ஆனால், உங்களுக்கு அந்த வாசகர் அறிமுகம் ஆகிறார்!

* * *

எல்லோரும் கடந்து வந்த பாதையும், கடந்து வரத் துடிக்கின்ற பாதையும் 'கண்ணீர் சிந்திய நினைவுகளாகவே' இருக்கிறது!

* * *

'ஊனம்' என்பது நேர்த்தியான சூழல் நிலவிய போதும் அதை கையாள மனமில்லாமல் உயிர் வகுக்கும் சதித்திட்டம்!

* * *

அடக்கம் செய்த உடலை அரை அங்குலம் மண் தின்பதற்கு உள்ளாகவே, அடக்கம் செய்த சுற்றத்தார் புன்னகைத்த படி உணவு உண்டு விடுகின்றனர்!

* * *

நல்லவர்களின் புலமையை பயன்படுத்தாத அரசு விரைவிலேயே நாதியற்று நிற்கும்!

* * *

ஓர் தேசத்தில் கலைஞர்களே இல்லாமல் போனால் அநீதிதான் அந்த நிலத்தில் நீதி ஆகும்!

* * *

<u>தமிழன்னை!</u>

தோன்றும் யாவையும் தோற்றுவித்தவள்.

இயற்றியவர் யாவரையும் ஈன்றெடுத்தவள்.

போற்றப்படுபவர் புகழுக்கு மாசற்றவள்.

பொற்கிழி வழங்க வல்ல ஏடுகளில் உறைந்திருப்பவள்.

எல் பாய்ந்திடும் நிலத்தில் குடியிருப்பவள்.

ஆக்க வல்ல இறைவனுக்கும் இன்றியமையாதவள்!

* * *

மழை பெய்யாமல் போனால் கருமேகத்தை யாரும் வணங்க மாட்டார்கள்!

* * *

தமிழை என்ன செய்தான் பாரதி?

'முண்டாசுக்கு மட்டுமே உரியது தமிழ்' என்ற விதியை மாற்றி தமிழுக்கு முண்டாசு வைத்தவன் பாரதி!

'தொழுவது மட்டுமே இளையோர் செயல்' என்ற விதியை மாற்றி ஆழ உழுது அறுவடை புரிந்து ஒருயிருக்கும் விருந்து வைத்தவன் பாரதி!

உயிர்கள் அடியெடுத்து வைக்கும் திசைகளில் எல்லாம் தமிழ் அடியெடுத்து வைக்க உழைத்தவன் பாரதி!

தமிழின் கூர்மைக்காக தன் பேனா முனையில் தன்னை மட்டுமல்லாமல் தனது குடும்பத்தையும் சேர்த்து பணையம் வைத்தவன் பாரதி!

* * *

'நண்பன்' என்ற உறவு பிளவுபட்டால் 'இறைவன் – சைத்தான்' என்ற உறவு உருவெடுக்கும்!

* * *

மதம் என்ன செய்யும்?

ஏற்கனவே, கிடைத்திருக்கும் உரிமையை மறக்கடிக்கும்!

இனி, கிடைக்கப்போகும் உரிமையையும் மழுங்கடிக்கும்!

* * *

சரியான கேள்விக்கு சுயமாக சிந்திக்கும் முட்டாள் கூட பதில் சொல்ல முன் வருவான்.

ஆனால், அறிஞனே ஆயினும் மூடர்களால் ஆட்டுவிக்கப்படுபவன் எவ்வாறு பதில் சொல்வான்?

* * *

தொழுகை; வேண்டுதல்; பிராத்தனை!

சைத்தான்; பேய்; பிசாசு!

இறைவன்; இறைவன்; இறைவன்!

இவ்வளவுதான்.

ஆம். எவ்வளவுதான் நாம் பிரித்தாலும் இறுதியில் இறைவனிடமே அது முடிவடைகிறது.

இறைவனை நோக்கியதே நமது பயணம்.

ஆகையால், இடையில் சந்திப்போரிடம் நட்பு பாராட்டுங்கள்; பகைமை வேண்டாம்!

* * *

குடியரசின் இருக்கை நிலையாய் இருக்க, தமது குடிகளை நிலையில்லாமல் வைத்திருப்பது மிகப்பெரிய பாவம்!

* * *

ஒரு அரசின் மூலதனமும், தனமும் மதுவாய் இருக்கையில் அந்த அரசு எவ்வாறு மதுவிலக்கை கொண்டு வரும்?

* * *

நகரம் வெடித்தால் நாகரீகத்தை இழப்போம்!

கிராமம் வெடித்தால் ஆன்ம நலத்தை இழப்போம்!

* * *

ஒரு கொலையாளியின் வாளானது உயிர்தனை பலியிட்டு பலியிட்டு கூர்மை இழக்கிறது!

ஒரு சிறந்த போர் வீரனின் வாளானது எதிரியினரை பலியிட்டு பலியிட்டு கூர்மை அடைகிறது!

* * *

'பதிவு செய்தாக வேண்டும்' என்ற நிர்ப்பந்தத்தில் எதையும் மேலோட்டமாக பதிவு செய்து விடாதீர்கள்.

அது, சமூகத்தில் வன்முறையை மிக அழுத்தமாக பதிவு செய்து விடும்!

* * *

<u>'பாவலர்' கு. கலியபெருமாள்!</u>

நெருப்பைச் சுமந்த எழுத்து.

பகைவர்களுக்கு தாழாத கழுத்து!

* * *

கொடுங்கோன்மை மிக்க எந்தவொரு தேசத்தின் இராணுவ செயல்பாடுகளும் கண்டிக்கத்தக்கதே.

இதயம் வழி நீர் கசியாது போனாலும், விழிகளின் வழியாவது கசிந்திருக்கலாமே!

* * *

இறைவனுக்கும் மனிதனுக்கும் இடையிலான வாக்குவாதத்தில் பேய்களே நீதிபதி!

***

உணவு!

இறைவன் முகம் அகத்திற்கு உணவு!

மழலைகள் முகம் விழிகளுக்கு உணவு!

சான்றோர் உரை செவிகளுக்கு உணவு!

சுற்றுச்சூழல் தூய்மை உயிருக்கு உணவு!

இல்லறப் பசுமை புலன்களுக்கு உணவு!

உணவில் விரதம் உலகுக்கு உணவு!

***

இருக்கும் பொருள் துணை கொண்டு இல்லாதப் பொருளை ஒருபோதும் துதிக்காதீர்கள்.

இருக்கும் பொருளும் தன் உண்மையை அறவும் இழந்து நிற்கும்!

***

வாழ்க தமிழ்!
வெல்க தமிழர்!
ஓங்குக வள்ளுவம்!

9 7 9 8 8 8 6 4 1 6 0 3 9